പുല്ലേലിക്കുഞ്ചു

pullelikkunju

•

archudeecan koshy

•

novel pazhama series editor
n santhosh kumar

•

first chintha edition
january 2013

•

second edition
march 2013

•

typesetting
info needs, kariyam

•

published
chintha publishers, thiruvananthapuram

•

•

cover
black mole

വിതരണം

ദേശാഭിമാനി ബുക്ക് ഹൗസ്

H O തിരുവനന്തപുരം–695 035
www.chinthapublishers.com
chinthapublishers@gmail.com

ബ്രാഞ്ചുകൾ

ഹെഡ്ഡാഫീസ് ബ്രാഞ്ച് കുന്നുകുഴി • ഓവർബ്രിഡ്ജ് തിരുവനന്തപുരം • കെ എസ് ആർ ടി സി ബസ് സ്റ്റേഷൻ ആലപ്പുഴ • കെ എസ് ആർ ടി സി ബസ് സ്റ്റേഷൻ എറണാകുളം • മച്ചിങ്ങൽ ലെയ്ൻ തൃശൂർ • ഐ ജി റോഡ് കോഴിക്കോട് • കെ എസ് ആർ ടി സി ബസ് സ്റ്റേഷൻ കോഴിക്കോട് • എൻ ജി ഒ യൂണിയൻ ബിൽഡിങ് കണ്ണൂർ • സെൻട്രൽ ബസ് ടെർമിനൽ കോംപ്ലക്സ് താവക്കര കണ്ണൂർ

CR - 1244 / 3157

പുല്ലേലിക്കുഞ്ചു

നോവൽ പഴമ : 3
1882

ആർച്ചുഡീക്കൻ കോശി

നോവൽ പഴമ സീരീസ് എഡിറ്റർ
എൻ സന്തോഷ് കുമാർ

പഠനം
സനൽ മോഹൻ

ചിന്ത പബ്ലിഷേഴ്സ്
തിരുവനന്തപുരം-695 035

പ്രസാധകക്കുറിപ്പ്

പത്തൊമ്പതാം നൂറ്റാണ്ടിൽ മലയാളഭാഷയിൽ രചിക്കപ്പെട്ട പതിനഞ്ചു നോവലുകളാണ് 'നോവൽ പഴമ' എന്ന പേരിൽ ചിന്ത പബ്ലിഷേഴ്സ് പുനഃപ്രസിദ്ധീകരിക്കുന്നത്. കൊളോണിയൽ ആധിപത്യവും അതിന്റെ സാംസ്കാരികാധിനിവേശവും കേരളത്തിന്റെ സാമൂഹിക ജീവിതത്തിൽ സൃഷ്ടിച്ച ആഘാതങ്ങളും നിർമിതികളും ഈ നോവലുകളിൽ വായിച്ചെടുക്കാവുന്നതാണ്. കേരളത്തിന്റെ ഉൽപ്പാദന ബന്ധങ്ങൾ, ആൺ-പെൺ ബന്ധം, കുടുംബജീവിതം, ലൈംഗികത, ജാതിവ്യവസ്ഥ, ആചാരങ്ങൾ, ആരാധനാരീതികൾ, വാമൊഴിവഴക്കങ്ങൾ, സൗന്ദര്യദർശനം, രാഷ്ട്രീയബോധം, ആഖ്യാനസമ്പ്രദായങ്ങൾ തുടങ്ങിയവയെല്ലാം വിശദമായി ചർച്ചചെയ്യപ്പെടുന്ന കൃതികളാണിവ. കൊളോണിയൽ സാംസ്കാരികവ്യവസായം എങ്ങനെയാണ് തദ്ദേശീയ ജനകീയ സംസ്കാരങ്ങളുടെമേൽ മേൽക്കൈ നേടിയതെന്നും വിക്ടോറിയൻ സദാചാരബോധത്തിന്റെയും കൊളോണിയൽ ആധുനികതയുടെയും അച്ചിൽ മലയാളികളുടെ സാംസ്കാരിക-സാമൂഹിക ജീവിതത്തെ എങ്ങനെയാണ് പുനർനിർമിച്ചതെന്നും മനസിലാക്കാൻ ഈ കൃതികൾ നമ്മെ സഹായിക്കുന്നതാണ്. ഏഷ്യാറ്റിക് ലോകങ്ങളെയെല്ലാം പ്രാകൃത സമൂഹങ്ങളായും പാശ്ചാത്യലോകത്തെ സാംസ്കാരത്തിന്റെ സ്രോതസായും വിഭാവനം ചെയ്യുന്ന പാശ്ചാത്യയുക്തി ഇന്നും പ്രബലമായി ലോകത്തിൽ നിലനിൽക്കുകയാണ്. അധിനിവേശം എന്ന ഹിംസാത്മകത അതിന്റെ സഹജമായ വംശീയാഹന്തയോടെ ലോകത്തിനുമേൽ നടത്തുന്ന സംഹാരതാണ്ഡവത്തെ പ്രശ്നവൽക്കരിക്കേണ്ട ഈ കാലഘട്ടത്തിൽ മലയാള സാഹിത്യത്തിലെ ഈ അപൂർവ വസന്തങ്ങൾ പുനർവായിക്കപ്പെടേണ്ടത് അത്യാവശ്യമാണ്. കേരളീയ സമൂഹം ഒരു ആധുനിക സമൂഹമായി പരിവർത്തിക്കപ്പെടുമ്പോൾ അതിന് അനിവാര്യമായും അഭിമുഖീകരിക്കേ

ണ്ടിവന്ന പുതിയ പ്രശ്നങ്ങളെയും ഈ നോവലുകൾ അനാവരണം ചെയ്യുന്നുണ്ട്. എന്നാൽ അതേസമയംതന്നെ നവോത്ഥാനത്തിന് തിരി കൊളുത്തിയ കാലഘട്ടത്തിലാണ് ഈ നോവലുകൾ രചിക്കപ്പെട്ടത്. ബ്രാഹ്മണാധിപത്യത്തിനും ജാതിമർദനത്തിനുമെതിരായ നവോത്ഥാന–കീഴാള ഉയിർപ്പുകളെ സാക്ഷ്യപ്പെടുത്തുകയും ചെയ്യുന്നവയാണ് ഇതിലെ പല കൃതികളും.

ഈ പുസ്തകങ്ങളും ഇവയെക്കുറിച്ചുള്ള പഠനക്കുറിപ്പുകളും സമാഹരിച്ചു നൽകിയ എൻ സന്തോഷ് കുമാറിന്റെ ശ്രമം മലയാള സാഹിത്യ ചരിത്രത്തിലെ ഒരു വലിയ സംഭവമായി ഞങ്ങൾ കരുതുന്നു.

ഈ കൃതികൾ മലയാളി വായനാസമൂഹത്തിനു മുമ്പിൽ സസന്തോഷം സമർപ്പിക്കുന്നു.

ചിന്ത പബ്ലിഷേഴ്സ്

കേരളീയ നവോത്ഥാനത്തിന്റെ ഭൂമിക

പത്തൊമ്പതാം നൂറ്റാണ്ടിലെ മലയാള നോവലുകൾ ഇന്ന് വായിക്കുമ്പോൾ

രണ്ടുതരം ആഖ്യാനലക്ഷ്യങ്ങളാണ് തങ്ങളുടെ രചനകളെക്കുറിച്ച് വിശദീകരിക്കുമ്പോൾ പത്തൊമ്പതാം നൂറ്റാണ്ടിലെ മലയാള നോവലിസ്റ്റുകൾ സൂചിപ്പിച്ചിട്ടുള്ളത്. അപ്പുനെടുങ്ങാടിയെയും ചന്തുമേനോനെയും പോലെയുള്ളവർ ഇഷ്ടജനങ്ങളുടെ വിനോദത്തിനായി നോവലുകൾ രചിച്ചപ്പോൾ പോത്തേരി കുഞ്ഞമ്പുവും ജോസഫ് മൂളിയിലും സോദ്ദേശ്യാധിഷ്ഠിതമായിത്തന്നെയാണ് തങ്ങളുടെ രചനകൾ എന്നു തുറന്നുപറയുന്നുണ്ട്. നോവൽ രചനയ്ക്കു പിന്നാലെ പരസ്പരപൂരകങ്ങളായ രണ്ടു ധർമങ്ങളെയും കൂട്ടിയിണക്കുകയായിരുന്നു ഈ എഴുത്തുകാരെല്ലാം തന്നെ. നോവൽ എന്ന സാഹിത്യശാഖ ഇന്ത്യൻ ഭാഷകളിൽ രൂപപ്പെടാനും വളർന്നുവികസിക്കാനും ഈ രണ്ടുഘടകങ്ങളും ഒരുപോലെ കാരണമായിട്ടുണ്ട്. ഒരു നൂറ്റാണ്ടിന് ഇപ്പുറത്തുനിന്ന് ആ നോവലുകൾ വായിക്കുമ്പോൾ അവ കേവലം വിനോദത്തിനുമപ്പുറം അക്കാലത്തെ ചരിത്രപരവും രാഷ്ട്രീയവും സാംസ്കാരികവുമായ വ്യവഹാരങ്ങൾകൂടിയായി മാറുന്നതെങ്ങനെയെന്ന് തിരിച്ചറിയാൻ കഴിയുന്നുണ്ട്.

ഇന്ത്യൻ നവോത്ഥാനമാണ് ആദ്യകാല ഇന്ത്യൻ നോവലുകൾക്ക് ജന്മം നൽകിയതെന്ന വസ്തുത വിസ്മരിച്ചുകൊണ്ട് അവയെ സമീപിക്കുന്നത് ചരിത്രവിരുദ്ധമാണ്. യൂറോപ്യൻ നോവലുകളുടെ കേവലാനുകരണമാണ് ആദ്യകാല ഇന്ത്യൻ നോവലുകൾ എന്ന വാദം അതുകൊണ്ടുതന്നെ അപ്രസക്തമായിത്തീരുന്നു. നോവലുകൾ മുന്നോട്ടുവെക്കുന്ന ആധുനികമായ ഭാവുകത്വവും അനുഭവപരിസരവും കൊളോണിയൽ വിദ്യാഭ്യാസം ലഭിച്ച ഇന്ത്യൻ ഉപരിവർഗത്തിനിടയിലെങ്കിലും വേരോടിയിരുന്നു എന്നതിന്റെ ശക്തമായ തെളിവുകൾകൂടിയാണ് അവ. അത്തരം അനുഭവപരിസരം ബ്രിട്ടീഷ് ഇന്ത്യയിൽ എങ്ങനെ രൂപപ്പെട്ടു എന്നതിന്റെ

രേഖകൾകൂടിയായി സ്വാഭാവികമായും പത്തൊമ്പതാം നൂറ്റാണ്ടിലെ മലയാള നോവലുകൾ മാറുന്നുണ്ട്. അതുകൊണ്ടുതന്നെ കേരളീയമായ നവോത്ഥാനശ്രമങ്ങളുടെ ഒരു മുന്നോടിയായി ഈ നോവലുകളെ വായിച്ചെടുക്കാൻ കഴിയും.

ബംഗാളി ഭാഷയിൽ മിസിസ്സ് കാതറീൻ ഹന്നാ മുല്ലൻസ് രചിച്ച *ഫുൽമോനി ഓ കരുണാർ ബിബരണിന്* റവ. ജോസഫ് പീറ്റ് നിർവഹിച്ച *ഫുൽമോനി എന്നും കോരുണ എന്നും പേരായ രണ്ടു സ്ത്രീകളുടെ കഥ* (1858) വിവർത്തനം ചെയ്യപ്പെട്ടതോടെ ആരംഭിക്കുന്നു മലയാള നോവലുകളുടെ ചരിത്രം എന്നു പറയാം. ബംഗാളിഭാഷയിൽനിന്നും മലയാളവൽക്കരിക്കുമ്പോൾ മലയാള സമൂഹത്തെക്കൂടി അഭിസംബോധന ചെയ്യുന്ന എഴുത്തായി അത് മാറുന്നു. പിൽക്കാലത്ത് 1894ൽ കേരളവർമ വലിയകോയിത്തമ്പുരാൻ വാൻലിം ബർഗ് ബ്യൂവറുടെ ഡച്ച് നോവലായ *അക്ബർ* ഇംഗ്ലീഷിൽനിന്ന് മലയാളത്തിലേക്ക് വിവർത്തനം ചെയ്തപ്പോൾ ഇല്ലാതെപോയതും ഈയൊരു ഗുണമാണ്. ഇങ്ങനെയാണ് റവ. ജോസഫ് പീറ്റ് മൊഴിമാറ്റം നിർവഹിച്ച *ഫുൽമോനിയുടെയും കോരുണയുടെയും കഥ* പത്തൊമ്പതാം നൂറ്റാണ്ടിലെ മലയാള നോവലുകളുടെ സമഗ്രസമാഹാരമായ നോവൽ പഴമയിലെ ആദ്യനോവലായി പരിണമിച്ചത്. പി പി രവീന്ദ്രന്റെ ആമുഖപഠനം വിവർത്തന നോവലുകൾ ഭാഷാനോവലുകളായിത്തീർന്നതിന്റെ പശ്ചാത്തലം വ്യക്തമായിത്തന്നെ വിശദമാക്കുന്നുണ്ട്. ഇങ്ങനെ *ഫുൽമോനിയുടെയും കോരുണ*യുടെയും കഥ എന്ന വിവർത്തനത്തിൽ തുടങ്ങുന്ന പതിനഞ്ച് നോവലുകളുടെ സമാഹാരമാണ് നോവൽ പഴമ എന്ന പത്തൊമ്പതാം നൂറ്റാണ്ടിൽ പ്രസിദ്ധീകരിച്ച മലയാള നോവലുകളുടെ ഒരു പാക്കേജിൽ ഉൾപ്പെടുത്തിയിരിക്കുന്നത്.

നോവലിന്റെ രൂപഘടനയെക്കുറിച്ചുള്ള സാമ്പ്രദായിക വീക്ഷണങ്ങൾ ഇല്ലാതായ പുതിയ കാലത്ത്, നോവലിന്റെ സ്വരൂപഘടനയെക്കുറിച്ചുള്ള അപ്രസക്തമായ വിചാരങ്ങൾക്കപ്പുറത്ത് പത്തൊമ്പതാം നൂറ്റാണ്ടിലെ മലയാള നോവലുകളെ ഇന്നു വായിക്കുമ്പോൾ അക്കാലത്തെ ചരിത്രവും സംസ്കാരവും രൂപപ്പെട്ടതിന്റെ വ്യക്തമായ ദിശാബോധം ലഭിക്കുന്നുണ്ട്. ഒറ്റയൊറ്റയായി വായിക്കുന്നതിനേക്കാൾ ഒരു സമഗ്രസമാഹാരമായി വായിക്കുമ്പോൾ പത്തൊമ്പതാം നൂറ്റാണ്ടിലെ ചരിത്രത്തിന്റെയും സംസ്കാരത്തിന്റെയും തുടർച്ച അതിൽ കണ്ടെത്താനാവും. ആധുനിക കേരളീയ സമൂഹത്തിന്റെ രൂപപ്പെടലും അതിനെ നിയന്ത്രിച്ച വിവിധ ശക്തികളും ഘടകങ്ങളുമെല്ലാം ഈ സമഗ്രവായനയിൽ തെളിയുന്നുണ്ട്. ഈ വായനയ്ക്ക് സഹായകമാകുന്ന തരത്തിൽ തന്നെയാണ് ഇവയുടെ ആമുഖപഠനങ്ങളും രേഖപ്പെടുത്തിയെടുത്തിട്ടുള്ളത്. ഇക്കാര്യങ്ങളെല്ലാം ഓരോ നോവലിന്റെയും ആമുഖ പഠനങ്ങൾ വളരെ വിശദമായി ചർച്ച ചെയ്യുന്നുണ്ട്. പത്തൊമ്പതാം നൂറ്റാണ്ടിലെ നോവലുകളുടെ സമഗ്രതയായ നോവൽ പഴമ പുറത്തുവരുന്നതോടുകൂടി നമ്മുടെ സാഹിത്യ

പാരമ്പര്യത്തിന്റെ പൊതു അന്തരീക്ഷത്തിൽ ഒരു സംവാദം രൂപപ്പെടുമെന്ന് ഉറപ്പുണ്ട്. അധിനിവേശം/ദേശീയ, മേലാളൻ/കീഴാളൻ, സവർണ്ണൻ/അവർണ്ണൻ, പുരുഷൻ/സ്ത്രീ, ആധുനികത/പാരമ്പര്യം തുടങ്ങിയ സംവർഗങ്ങൾ പല പ്രകാരത്തിൽ സംഘർഷത്തിലേർപ്പെടുന്നതിന്റെ സൂചനകൾ ഈ നോവലുകളിൽ തെളിയുന്നുണ്ട്. സ്ത്രീ വിദ്യാഭ്യാസവും സ്ത്രീ സ്വാതന്ത്ര്യവും ഉൾപ്പെടുന്ന വിഷയങ്ങൾ മലയാളത്തിൽ ആദ്യമായി ചർച്ച ചെയ്ത മാധ്യമവും ഈ നോവലുകൾ തന്നെ. കീഴാളരുടെ ഉദ്ഗ്രഥനവും മതപരിവർത്തനവും അടക്കമുള്ള വിഷയങ്ങളും ഇവയെ സജീവമാക്കുന്നു. ഒപ്പം മാറിവരുന്ന ലോകബോധവും നീതിന്യായക്രമങ്ങളും സജീവമായ ചർച്ചയാവുന്നു. വൃത്തിയും വെടിപ്പും ആധുനികമായ കുടുംബവും വിദ്യാഭ്യാസവുമൊക്കെ ഉൾപ്പെടുന്ന ആധുനികവൽക്കരണ പ്രക്രിയയും നിരന്തര സംവാദമായിത്തീരുന്നുണ്ട്. ഒപ്പം പിൽക്കാലത്ത് കേരളീയ നവോത്ഥാന പ്രക്രിയയുടെ രൂപീകരണത്തിലേക്ക് നയിച്ച സാഹചര്യങ്ങളും പരിഗണിക്കപ്പെടുന്നുണ്ട്. ഇങ്ങനെ പത്തൊമ്പതാം നൂറ്റാണ്ടിനെ സാംസ്കാരികമായി വായിക്കാനുള്ള മികച്ച ഉപാധികൂടിയാണ് അക്കാലത്തെ നോവലുകളുടെ സമഗ്രതയായ നോവൽ പഴമ എന്ന ഈ സമാഹാരം.

ഈ നോവലുകൾക്ക് വിശദമായ ആമുഖപഠനം തയാറാക്കിത്തന്ന വിശിഷ്ടരായ എഴുത്തുകാർക്കും ഇത്തരമൊരു സമഗ്രതയുടെ പ്രസക്തി മനസിലാക്കി പ്രസാധനത്തിന് മുൻകൈയെടുത്ത ചിന്ത പബ്ലിഷേഴ്സിനും ഞാൻ നന്ദി രേഖപ്പെടുത്തുന്നു. കേരളീയ വായനാസമൂഹം പത്തൊമ്പതാം നൂറ്റാണ്ടിലെ നോവലുകളുടെ സമഗ്രതയായ നോവൽ പഴമയെ സ്വീകരിക്കുമെന്ന പ്രത്യാശയോടെ.

പിലിക്കോട് | **എൻ സന്തോഷ് കുമാർ**
04–01–2013 | നോവൽ പഴമ സീരീസ് എഡിറ്റർ

പഠനം

പുല്ലേലിക്കുഞ്ചു
പുതിയ മനോഘടനയുടെ സങ്കീർണതകൾ

സനൽ മോഹൻ

എഴുത്തധികാരത്തിനു പുറത്തുനിൽക്കുന്നവരെയാണ് കൂടുതലായി അഭിസംബോധന ചെയ്തിരുന്നുവെങ്കിൽക്കൂടി, മിഷനറി വ്യവഹാരത്തിന്റെ പ്രായോഗികതലത്തിൽ, എഴുത്തിനു പ്രാമുഖ്യം ലഭിച്ചിരുന്നു. തങ്ങൾ നേരിട്ടു ബന്ധം സ്ഥാപിച്ചിരുന്ന കീഴാളവിഭാഗത്തിൽപ്പെട്ടവർ, എഴുത്തധികാരത്തിന്റെ പരിധിക്കു പുറത്തായിരുന്നെങ്കിലും പാശ്ചാത്യവ്യവഹാരത്തിൽ, എഴുത്തിനുള്ള പ്രാമുഖ്യം അതിനെ മിഷനറിമാരുടെ പ്രവർത്തനത്തിന്റെ അടിസ്ഥാനഘടകങ്ങളിലൊന്നാക്കി മാറ്റി. പാശ്ചാത്യസമൂഹത്തിന്റെ സൃഷ്ടിയായ അവർ, എഴുതപ്പെട്ട വാക്കിന്റെ ശക്തി തിരിച്ചറിഞ്ഞിരുന്നു. അതോടൊപ്പം സാമ്പ്രദായിക കേരളീയ/ഇന്ത്യൻ സമൂഹത്തിലും എഴുത്തിനു കൈവന്നിരുന്ന അഭിജാത സ്ഥിതിയെക്കുറിച്ച് ഏറെ ഉൾക്കാഴ്ചകൾ അവർക്കുണ്ടായിരുന്നു. അതിനാൽ നേരിട്ടുള്ള പ്രസംഗ പരിപാടിയായി സുവിശേഷം അവതരിപ്പിക്കുമ്പോഴും ഏറെ കൃത്യതയോടെ അതിന്റെ റിപ്പോർട്ട് എഴുതി സൂക്ഷിക്കുകയും അവ ദിവസം, ആഴ്ച, മാസ-വാർഷികക്രമത്തിൽ ജേർണലുകളായി, മിഷനറി ആസ്ഥാനമായ ലണ്ടനിലേക്ക് അയയ്ക്കുകയും ചെയ്തിരുന്നു. ഇത്തരം റിപ്പോർട്ടുകൾ, വളരെ വിശദമായ നരവംശശാസ്ത്രപരമായ വ്യവഹാരങ്ങളായിത്തീർന്നിരുന്നു. മറ്റൊരു പ്രധാനവസ്തുത, പ്രൊട്ടസ്റ്റന്റ് മിഷനറിമാരുടെ *ബൈബിൾ* വിവർത്തനവും അച്ചടിയുംമൂലം മലയാളം ഒരുതരത്തിലുള്ള വിശുദ്ധഭാഷയായി മാറി എന്നതാണ്. സാമ്പ്രദായിക ബ്രാഹ്മണിക്കൽ മതവ്യവഹാരം, മലയാളത്തിന് അത്തരം പദവി നൽകിയിരുന്നില്ല. അതുപോലെ തദ്ദേശീയമായി നിലവിലിരുന്ന ക്രൈസ്തവസമൂഹത്തിന്, വിശുദ്ധഭാഷ മലയാളമായിരുന്നില്ല. സിറിയറ്റ് ആയിരുന്നു. മലയാളത്തിലുള്ള എഴുത്തിന്റെയും ആശയപ്രചാരണത്തിന്റെയും

ഫലം കീഴാള സമൂഹങ്ങളെ സംബന്ധിച്ചിടത്തോളം ഭാഷാപരമായ ആധുനികതയായിരുന്നു എന്നു കാണാം. ചില ഉദാഹരണങ്ങൾ ഈ സാഹചര്യത്തെ വിശദമാക്കാൻ സഹായിക്കും. പത്തൊമ്പതാം നൂറ്റാണ്ടിന്റെ അവസാനം അച്ചടിച്ചു വിതരണം ചെയ്യപ്പെട്ട ആംഗ്ലിക്കൻ സഭയുടെ പ്രാർഥനാപ്പുസ്തകങ്ങൾ അധഃസ്ഥിത ജനസമൂഹങ്ങളിൽനിന്നും മിഷനറിസഭകളിൽ ചേർന്നവർക്കു ഭാഷാപരമായ ആധുനികതയുടെ പുതിയ ലോകത്തിലേക്ക് ഒരു വാതിൽ തുറന്നു. അപ്പോഴും അവന്റെ ദൈനംദിന വ്യാവഹാരികഭാഷ, ജാതിവഴക്കങ്ങളിൽനിന്നും ഉയർന്നുവന്ന ഭാഷാരീതിയുടെതായിരുന്നു. വളരെ പിൽക്കാല ഉദാഹരണങ്ങളിൽപ്പോലും ഈ സ്ഥിതി വ്യക്തമായിക്കാണാം. ഉദാഹരണമായി ടി കെ സി വടുതലയുടെ കഥകളിലെ പുലയരുടെ വ്യവഹാരഭാഷയും കണ്ടങ്കോരൻ ദേവസിക്ക് സഭയിൽ ചേർന്നതിനുശേഷം പുതിയ വാക്കുകൾ നൽകിയ വ്യാവഹാരിക തലവും തമ്മിലുള്ള വ്യത്യാസം പരിശോധിക്കുക—പുതിയ സംജ്ഞകളും ചിഹ്നങ്ങളും അയാളുടെ ജീവിതത്തിൽ ഇടപെടുന്നു. എന്നാൽ കഥാകാരൻ വിമർശാധിഷ്ഠിതമായി മാത്രം ആ ജീവിതത്തെ വായനക്കാർക്ക് നൽകുന്നു. കണ്ടങ്കോരൻ ദേവസിയുടെ വളരെ പൊള്ളയായ ആന്തരസത്ത, പള്ളിയിലെ അച്ചനോടുള്ള പ്രതികാരമായ വെന്തിങ്ങയുടെ തിരസ്കാരത്തിൽ അവസാനിക്കുന്നു. അവിടെ ശക്തമായി മാറുന്നത് പുലയരുടെ സാമ്പ്രദായിക ഭാഷയിലെ വാക്കുകളും പ്രയോഗങ്ങളുമാണ്.

പത്തൊമ്പതാം നൂറ്റാണ്ടിന്റെ രണ്ടാംപകുതി മുതൽ മിഷനറി സഭകളിൽ ചേർന്ന ദളിതർ, മുമ്പ് സൂചിപ്പിച്ച ഭാഷാപരമായ ആധുനികത കൈവരിക്കുന്നതായിക്കാണാം. *ബൈബിളി*ലെ രൂപകങ്ങളും മറ്റും ദൈനംദിന വ്യവഹാരത്തിൽ കലരുകയും പുതിയതരത്തിലുള്ള വ്യവഹാരസാധ്യതകൾ കൈവരുകയും ചെയ്തു. വേദോപദേശം പഠിപ്പിക്കുന്ന ഉപദേശിമാരും പുലയ മൂപ്പന്മാരും ഇവിടെ പ്രാധാന്യം കൈവരിക്കുന്നു. മിഷനറി ജേർണലുകളിലെ തെളിവുകൾ വെച്ചുനോക്കിയാൽ, ഈ രീതിയിൽ പുതിയ ആശയങ്ങൾ രക്ഷയെക്കുറിച്ചും അതിലൂടെ പുതിയ സാമൂഹ്യജീവിതത്തെക്കുറിച്ചും ഉള്ള പരികൽപ്പനകൾ സി എം എസ്, എൽ എം എസ് മിഷനുകളിൽ ചേർന്ന ദളിത് സമൂഹത്തിനു കൈവന്നിരുന്നു എന്നു കാണാം. ഇവിടെ ഭാഷാപരമായ പുതിയ സാധ്യതകൾ വളരെ പ്രാധാന്യം ചെലുത്തിയിരുന്നു. എഴുത്തും വായനയും വളരെ പ്രാഥമിക നിലയിൽ മാത്രമേ കീഴാളസമൂഹത്തിൽ നിന്നു ക്രൈസ്തവ പ്രൊട്ടസ്റ്റന്റ് സഭകളിൽ ചേർന്നവർക്കു ലഭിച്ചിരുന്നുള്ളൂവെങ്കിലും അവയുടെ സാമൂഹ്യപ്രാധാന്യം വളരെയേറെയാണ്.

മിഷനറി വ്യവഹാരത്തിൽ എഴുത്ത് ആശയവിനിമയമാധ്യമമെന്ന നിലയിൽ പ്രാധാന്യം നേടിയിരുന്നു. ലഘുലേഖകളും പുസ്തകങ്ങളുമായി *ബൈബിൾ* പാഠങ്ങൾ, പ്രാദേശിക സഭകളിൽ എത്തുകയും എഴുത്തിന്റെയും വായനയുടെയും പ്രാധാന്യം അടിസ്ഥാനസമൂഹത്തിനു മന

സിലാക്കിക്കൊടുക്കുകയും ചെയ്തു. ക്രൈസ്തവ ആശയങ്ങളും ദൈവശാസ്ത്രപരമായ വാക്കുകളും സംജ്ഞകളും, കീഴാളസമൂഹത്തിലേക്ക് മൊഴിമാറ്റം ചെയ്യപ്പെട്ടതിന്റെ സങ്കീർണതകൾ കേരളത്തിൽ പഠനവിധേയമായിട്ടില്ല. ഉദാഹരണമായി; പാപം, പാപവിമോചനം, 'രക്ഷ' തുടങ്ങിയ പരികൽപ്പനകൾ എങ്ങനെയാണ് കീഴാളസമൂഹങ്ങളിലേക്ക് വിവർത്തനം ചെയ്യപ്പെട്ടത്? അതോടൊപ്പം തന്നെ പ്രധാനപ്പെട്ടതാണ് മിഷനറിമാർ വഴിയായി വന്ന ആധുനിക ആശയങ്ങളുടെ വിവർത്തനവും. ഇവയുടെ സങ്കീർണതകൾ സാമൂഹ്യശാസ്ത്രപരമായ ഉൾക്കാഴ്ചകളോടെ കേരളത്തിൽ വിശകലനം ചെയ്യേണ്ടിയിരിക്കുന്നു. *പുല്ലേലിക്കുഞ്ചു*വിന്റെ വ്യവഹാരസാഹചര്യത്തിൽ, വസ്തുതകളും ഫിക്ഷനുകളും തമ്മിലുള്ള ബന്ധവും വിശകലനം ചെയ്യേണ്ടതുണ്ട്. ചരിത്രസാമൂഹ്യശാസ്ത്രവ്യവഹാരങ്ങളിൽ വസ്തുതകളും ഫിക്ഷനും തമ്മിലുള്ള വളരെ കർക്കശമായ വേർതിരിവുകൾ ഇന്നു നിലനിൽക്കുന്നില്ല. സാമൂഹ്യാവസ്ഥയുടെ തീവ്രമായ വെളിപ്പെടുത്തൽ, അവയുടെ ഉച്ചസ്ഥായിയിലുള്ള പ്രഖ്യാപനം ഒരുപക്ഷേ, ശക്തമായി ഫിക്ഷൻ മാധ്യമത്തിലൂടെ സാധ്യമാകാം. ഫിക്ഷൻ തന്നെ വസ്തുതയായി മാറുകയും ചെയ്യാം. മറ്റൊരർഥത്തിൽ, സാമൂഹ്യശാസ്ത്രപരമായ അന്വേഷണങ്ങളിൽ കഥകളുടെ പ്രാധാന്യം, ഇന്നു സംശയാതീതമാണ്. അതുകൊണ്ടുതന്നെ പല സാമൂഹിക അനുഭവങ്ങളുടെയും തീവ്രമായ ആവിഷ്കാരത്തിനു ഫിക്ഷൻ സഹായകമാവാം. എന്നാൽ പോസിറ്റീവിസത്തിന്റെ ഘടനാപരമായ വിലക്കുകൾ മൂലം പല ചരിത്രകാരന്മാരും ഫിക്ഷനും ചരിത്രവും തമ്മിലുള്ള വ്യത്യാസം വളരെ പ്രധാനപ്പെട്ടതാണ് എന്നുതന്നെ കരുതുന്നു. *പുല്ലേലിക്കുഞ്ചു*വിൽ മതപരമായ ആശയ സംഘർഷങ്ങൾ ഒരുതരം ഫിക്ഷനായി വികസിക്കുമ്പോഴും അത് ഒരു സാമൂഹ്യയാഥാർഥ്യമായാണ് വായനക്കാരന് അനുഭവപ്പെടുന്നത്. ജാതിഘടനയുടെ വിമർശനം ഫിക്ഷണലായ സംവാദഘടന സ്വീകരിക്കുമ്പോഴും പത്തൊമ്പതാം നൂറ്റാണ്ടിനൊടുവിൽ നിലവിലിരുന്ന വ്യാവഹാരിക മണ്ഡലത്തിന്റെ സജീവതയിലേക്ക് വിരൽ ചൂണ്ടുന്നു.

*പുല്ലേലിക്കുഞ്ചു*വിന്റെ പഠനത്തിൽ പ്രാധാന്യമർഹിക്കുന്ന മറ്റൊരു കാര്യം സാമ്പ്രദായിക കേരളത്തിൽ നിലവിലിരുന്ന മതബോധത്തിന്റെയും സാമൂഹ്യ ഘടനയുടെയും വിശകലനമാണ്. അധഃസ്ഥിത അടിമ വിഭാഗങ്ങൾ, ഇന്നു നാം ഹൈന്ദവർ എന്നു വ്യവഹരിക്കുന്ന മതവിഭാഗത്തിൽപ്പെടുന്നവരായിരുന്നില്ല. അതുകൊണ്ടുതന്നെ, അവരുടെ വിശുദ്ധമണ്ഡലം വ്യത്യസ്തമായി നിലകൊണ്ടു— ഈ 'വിശുദ്ധമണ്ഡലം' മിഷനറിമാർക്ക് കടന്നുചെന്നു മാറ്റിമറിക്കാൻ കഴിയുന്നതായിരുന്നു. ജീവനെയും ജീവിതത്തെയും നിർണയിക്കുകയും ഉറപ്പാക്കുകയും ചെയ്യുമ്പോൾപ്പോലും വരേണ്യശക്തികൾക്കു കടന്നുചെല്ലാനുള്ള തുറസുകൾ ഈ കീഴാള ലോകബോധത്തിൽ ഉണ്ടായിരുന്നു. സാമ്പ്രദായിക ബ്രാഹ്മണിക്കൽ വരേണ്യശക്തികൾ, ഈ സാമൂഹ്യ ആശയമണ്ഡലത്തെ അദൃ

ശ്യമാക്കിയെങ്കിൽ പാശ്ചാത്യമിഷനറിമാർ ഈ കീഴാള ലോകബോധത്തെ ദൃശ്യമാക്കുകയും തങ്ങളുടെ ഇടപെടലിലൂടെ മാറ്റിത്തീർക്കാൻ ശ്രമിക്കുകയും ചെയ്തു. സാധാരണ ചരിത്രാഖ്യാനങ്ങളിൽ കാണുന്നതുപോലെ നിസ്സാരമായ തീവ്രതകുറഞ്ഞ, കാമനകളുടെയും ആശയങ്ങളുടെയും തലമല്ല അത്. നേരെമറിച്ച്, തീവ്രമായ അർഥങ്ങളുടെയും മനോമണ്ഡലങ്ങളുടെയും സൃഷ്ടിയുടെ തലമായിരുന്നു. ഈ രീതിയിലാണ് കൊളോണിയൽ ആധുനികതയിൽ മതരൂപങ്ങൾ കീഴാള ദളിത് സമൂഹങ്ങളിൽ മാറ്റത്തിനു വിധേയമാവുന്നത്. സാമ്പ്രദായിക സാമൂഹ്യഘടനയുടെ അധികാരങ്ങളുടെയും പഠനങ്ങളുടെയും നിരാസമാണ് യഥാർഥത്തിൽ ദളിതരുടെ ക്രൈസ്തവമതപ്രഖ്യാപനത്തിൽ കാണുന്നത്. ഏതുതരത്തിലുള്ള പ്രതികരണമാണ് ഇതു വരേണ്യജാതികളിൽ ഉളവാക്കിയത്? ലഭ്യമായ തെളിവുകൾ വച്ചു നോക്കിയാൽ നിലവിലിരുന്ന കാർഷിക അടിയായ്മയുടെ തകർച്ച കാർഷികമേഖലയുടെ തകർച്ചയിലേക്കു നയിക്കുമെന്ന ഭയമായിരുന്നു പത്തൊമ്പതാം നൂറ്റാണ്ടിന്റെ രണ്ടാംപകുതിയിൽ, ഭൂവുടമകൾക്കുണ്ടായിരുന്നത്. തിരുവിതാംകൂറിൽ നായന്മാരും സുറിയാനിക്രിസ്ത്യാനികളുമായ ഭൂവുടമകൾ അതിനാൽത്തന്നെ അടിമജാതികൾ പ്രൊട്ടസ്റ്റന്റ് മിഷനറി സഭകളിൽ ചേരുന്നതിനെ തീവ്രമായിത്തന്നെ എതിർത്തിരുന്നു. കീഴാള അടിമവിഭാഗങ്ങളെ സംബന്ധിച്ചിടത്തോളം അവരുടെ സ്വാതന്ത്ര്യത്തിന്റെ പ്രഖ്യാപനമായിരുന്നു പ്രൊട്ടസ്റ്റന്റ് സഭകളിലേക്കുള്ള കടന്നുചേരൽ എന്നു കാണാം. മിഷനറി ആഖ്യാനങ്ങൾ സൂക്ഷ്മമായി പരിശോധിച്ചാൽ ഇത്തരം വിമർശാവബോധത്തിന്റെ വളർച്ചയുടെ സൂചനകൾ നമുക്കു ലഭിക്കും. മല്ലപ്പള്ളിയിലെ അടിമകളുടെ പ്രസ്ഥാനം ഉയർത്തിയ സ്വാതന്ത്ര്യബോധം 1850 കളിൽ ചെന്നെത്തുന്നത് അടിമസ്കൂളുകളുടെ സ്ഥാപനത്തിലേക്കും അതുവഴിയായി 'വചനം' സ്വന്തമാക്കുന്നതിലേക്കുമാണ്. ഇവിടെയാണ്, നമ്മൾ ആദ്യം സൂചിപ്പിച്ച എഴുതപ്പെട്ട വാക്കിന്റെ ശക്തി വെളിവാകുന്നത്. *ബൈബിൾ* വായിക്കുകയും വ്യാഖ്യാനിക്കുകയും ചെയ്യുന്ന അടിമയായ പുലയന്റെയോ പറയന്റെയോ വാക്കുമായി, വിശുദ്ധവചനത്തിന്റെ ബന്ധത്തെ മാറ്റിത്തീർക്കാനുള്ള കഴിവും വെളിപ്പെടുത്തുന്നതിവിടെയാണ്. ഭൂവുടമകളുടെ ഭീഷണിക്കുമുന്നിൽ, മർദനത്തിനു മുന്നിൽ പതറാതെ നിൽക്കാനും സ്വാതന്ത്ര്യത്തെ പുൽകാനുമുള്ള ആന്തരശക്തി നേടിയ, കാട്ടിനുള്ളിൽ സ്വതന്ത്രരായിക്കഴിഞ്ഞ അടിമക്കൂട്ടങ്ങൾ, യഥാർഥത്തിൽ ആധുനിക മനുഷ്യരായിക്കഴിഞ്ഞിരുന്നു. ഇതു സാധ്യമാക്കിയത് 'വചന'വുമായുള്ള തീവ്രമായ ബന്ധമാണ്. ഇത്തരം അനുഭവങ്ങളുടെ പരിശോധന വഴി മാത്രമേ കീഴാള അടിമ വിഭാഗങ്ങളുടെ മനോഘടനകളുടെ ചരിത്രം വിശകലനം ചെയ്യാൻ കഴിയുകയുള്ളൂ. *പുല്ലേലിക്കുഞ്ചു*, ഇത്തരത്തിലുള്ള അന്വേഷണത്തെ പ്രാപ്തമാക്കുന്നു എന്നു കാണാവുന്നതാണ്.

'വാക്കിന്റെ' ഈ സാഹചര്യത്തിൽ നിന്നുകൊണ്ടു മാത്രമേ, പത്തൊമ്പതാം നൂറ്റാണ്ടിന്റെ രണ്ടാം പാദത്തിൽ കീഴാള അടിമ ജാതികളുടെ ഇടയിലെ സാക്ഷരതയുടെ വ്യാപനത്തെ മനസിലാക്കാൻ കഴിയുകയുള്ളൂ. എഴുതപ്പെട്ട വാക്കുമായി പുതിയ ബന്ധം സ്ഥാപിച്ച കീഴാളവിഭാഗം, അച്ചടിച്ച പുസ്തകങ്ങളുമായി, വളരെ പരിമിതമായാണെങ്കിലും വായനയിലുപരിയായ ബന്ധം സ്ഥാപിച്ചു. മിഷനറിമാരിൽനിന്നും ലഭിച്ച, ലഘുലേഖകളും *ബൈബിൾ* ഭാഗങ്ങൾ കൈവശം വയ്ക്കുന്നതുപോലും നിലവിലിരുന്ന ചിഹ്നവ്യവഹാരങ്ങളുടെ തിരസ്കാരത്തിലാണ് ചെന്നെത്തുന്നത്. ഒരുമിച്ചു ചേർന്നുള്ള *ബൈബിൾ*, വായനയും പ്രാർഥനയും പുതിയ രീതിയിലുള്ള ആശയവിനിമയത്തിന്റെ സാധ്യതകളെ വെളിവാക്കുന്നു. പുതിയ ശരീരഭാഷ ആവശ്യമാകുന്ന കൂടിച്ചേരലുകളും കൂട്ടായ്മകളും ഇവിടെ ശ്രദ്ധേയമാണ്. ഉദാഹരണത്തിന് തങ്ങളുടെ കൂട്ടത്തിനു *ബൈബിൾ* വായിച്ചുകൊടുക്കുന്ന അടിമക്രിസ്ത്യാനിയുടെ ചിത്രം മിഷനറി ആഖ്യാനങ്ങളിൽ തെളിയുന്നത്, വായനയിലൂടെ അയാൾ എത്തിച്ചേരുന്ന കർതൃത്വത്തിന്റെ സൂചന നൽകിക്കൊണ്ടാണ്. അച്ചടിച്ച വാക്കും വ്യക്തികളുമായുള്ള സ്വകാര്യബന്ധമാണ് പ്രൊട്ടസ്റ്റന്റ് സഭകളുടെ സാമൂഹ്യ പ്രയോഗത്തിൽനിന്നും കീഴാളരായ ക്രിസ്ത്യാനികൾക്കു കൈവരിക്കാൻ കഴിഞ്ഞ വിലയേറിയ ഒരു സംഭവം. ഇത്തരം സാധ്യതകൾ തുറന്നത്, മിഷനറി സഭകളുമായുള്ള ബന്ധത്തിൽനിന്നാണ്.

പത്തൊമ്പതാം നൂറ്റാണ്ടിന്റെ രണ്ടാം പകുതിയിൽ പ്രസിദ്ധീകരിച്ചിട്ടുള്ള മിഷനറിമാരുടെ രചനകളിൽ, ജാതിഘടനയുടെ അടിസ്ഥാനത്തിൽ രൂപമെടുത്ത കേരളീയ സമൂഹത്തിന്റെ വിമർശനപഠനങ്ങൾ വളരെ ശ്രദ്ധേയമാണ്. നാട്ടുഭാഷകളിലെ ലഘുരചനകൾ എന്ന നിലയിൽ പ്രസിദ്ധീകൃതമായിരുന്ന ലഘുലേഖകൾ മിക്കവാറും തന്നെ ബാസൽ മിഷന്റെ മംഗലാപുരം പ്രസിൽ അച്ചടിക്കപ്പെട്ടവയായിരുന്നു. ഈ ലഘുലേഖകളുടെ സ്വഭാവം ക്രിസ്തുമതത്തിൽ ചേർന്ന കീഴാള വിഭാഗത്തിൽപ്പെടുന്നയാളും വരേണ്യവിഭാഗത്തിൽപ്പെടുന്ന മറ്റൊരു വ്യക്തിയും തമ്മിലുള്ള സംഭാഷണം എന്ന രീതിയിലാണ്. ഉദാഹരണമായി *നീതിമാർഗം* എന്ന ലഘുലേഖ, ധർമ, സത്യവാദി എന്നിവർ തമ്മിലുള്ള സംഭാഷണമാണ്. മറ്റൊന്നു രാമനും സത്യവാദിയും തമ്മിലുള്ള സംഭാഷണമാണ്. ഇതിൽ രാമൻ ഉയർന്ന ജാതിയിൽപ്പെട്ടയാളാണ്. സത്യവാദി കീഴാളനും. പക്ഷേ, ക്രിസ്തുമതത്തിൽ ചേർന്നതുമൂലം തനിക്കു സ്വായത്തമായ പുതിയ ജ്ഞാനത്തിന്റെ അടിസ്ഥാനത്തിൽ രാമന്റെ സവർണ ഹൈന്ദവ യാഥാസ്ഥിതിക ചിന്തയുടെ പൊള്ളത്തരം തുറന്നുകാട്ടുകയാണ് സത്യവാദി ചെയ്യുന്നത്. സുവിശേഷവും ഹൈന്ദവ മതചിന്തയുമായുള്ള നേർക്കുനേരായുള്ള സംവാദമാണ് ഇവിടെ നടക്കുന്നത്. ഒടുവിൽ സത്യവാദി തന്റെ വാദഗതികളുടെ ശക്തിയാൽ വിജയിക്കുകയും ചെയ്യുന്നു. ഇത്തരത്തിലുള്ള പല ലഘുലേഖകളും 1860കളിൽ മുദ്രണം ചെയ്യപ്പെട്ടിട്ടുണ്ട്. ഇവയിലെ കഥാപാത്രങ്ങൾ തമ്മിലുള്ള

സംഭാഷണശൈലി നാടകീയതകൾ നിറഞ്ഞതാണ്. ആ ശൈലി പിന്നീട് മലയാള നോവൽ സാഹിത്യത്തിലൂടെ തുടരുന്നതായി കാണാം.

ആർച്ച് ഡീക്കൻകോശിയുടെ *പുല്ലേലിക്കുഞ്ചു* എന്ന നോവൽ മുകളിൽ പരാമർശിച്ച ഗദ്യശൈലിയാണ് പിൻതുടരുന്നത്. ഉൽപ്പതിഷ്ണുവായ പുല്ലേലി കുഞ്ചുപിള്ളയും യാഥാസ്ഥിതികനായ രാമപ്പണിക്കരുമാണിതിലെ പ്രധാന കഥാപാത്രങ്ങൾ. ഇവർ തമ്മിലുള്ള ആശയസംഘർഷങ്ങളാണ് നോവലിന്റെ ഇതിവൃത്തത്തെ നിർണയിക്കുന്നത്. മറ്റു പ്രധാന കഥാപാത്രങ്ങൾ, ക്രിസ്ത്യാനിയായ മുതൽപിടിക്കാരൻ, കൈപ്പള്ള രാമപ്പണിക്കർ, നെടുങ്ങാട്ടുമഠത്തിൽ ശാമു അണ്ണാവി, നെടുവേലി മൂത്തനമ്പൂതിരിപ്പാട്, കൈതപ്പള്ള മാധവൻകുട്ടി എന്നിവരാണ്.

പത്തൊമ്പതാം നൂറ്റാണ്ടിന്റെ അവസാന ദശകങ്ങളിൽ രൂപപ്പെടുന്ന സങ്കീർണമായ മാറ്റങ്ങളുടെ ഒരു ചിത്രം നമുക്ക് ഈ നോവലിൽ ദർശിക്കാൻ കഴിയും. കൊളോണിയൽ ആധുനികതയുടെ ഭാഗമായി വികസിക്കുന്ന ജാതിഘടനയുടെ വിമർശനമാണ് ഇവിടെ ശ്രദ്ധേയമാവുന്നത്. ജാതിയുടെയും ജാതിസംബന്ധമായ കീഴ്മേൽ അധികാരവ്യവസ്ഥയുടെയും കാര്യകാരണസംബന്ധമായ നിരാസം പുല്ലേലിക്കുഞ്ചു പിള്ളയുടെ ലോകബോധത്തിൽ വളർന്നു കഴിഞ്ഞിരുന്നു. ഈ ബോധം ജാതിസാമൂഹ്യഘടന, വിഗ്രഹാരാധന, സ്ത്രീപുരുഷ വിവേചനം എന്നിങ്ങനെയുള്ള ആശയങ്ങളുടെയും അവയുടെ സവിശേഷ പ്രയോഗങ്ങളുടെയും വിമർശത്തിലേക്കു വളരുന്നു. ഈ വിമർശാവബോധം തന്റെ തന്നെ കുടുംബത്തിലെ യഥാസ്ഥിതിക മനോഭാവത്തെ എതിർക്കുന്നതിലേക്കും അതുവഴി യാഥാസ്ഥിതിക സവർണ ഹൈന്ദവസമൂഹത്തിന്റെ ജാതിപരമായ മനോഘടനയെയും സാമൂഹിക ആചാരങ്ങളെയും തിരസ്കരിക്കുന്നതിലേക്കും വളരുന്നു. പത്തൊമ്പതാം നൂറ്റാണ്ടിന്റെ അവസാനദശകങ്ങളിൽ വളർന്നുവരുന്ന വിമർശനാവബോധത്തിന്റെ ബഹിർസ്ഫുരണം *പുല്ലേലിക്കുഞ്ചു*വിന്റെ ആദ്യഭാഗങ്ങളിൽ വളരെ തീവ്രമായിത്തന്നെ പ്രകടിപ്പിക്കപ്പെടുന്നു. കുഞ്ചുപിള്ള 'അജ്ഞാനം' എന്നു പേരിട്ടുവിളിക്കുന്ന സംവർഗത്തിലാണ് വിഗ്രഹാരാധന, തീണ്ടൽ തുടങ്ങിയ മത, സാമൂഹ്യ പ്രയോഗങ്ങൾ വിന്യസിക്കപ്പെട്ടിരിക്കുന്നത്.

സാമ്പ്രദായിക സമൂഹത്തിൽ നിലവിലിരുന്ന ബ്രാഹ്മണ മേൽക്കോയ്മയുടെ വിവിധ വശങ്ങൾ ശാമു അണ്ണാവി എന്ന കഥാപാത്രത്തിന്റെ ലോകബോധത്തിലൂടെ അനുഭവവേദ്യമാകുന്നു. അവിടെയും ബ്രാഹ്മണമതത്തിന്റെ ആധാരങ്ങളായ വേദശാസ്ത്രങ്ങളും സുവിശേഷവും തമ്മിലുള്ള സംവാദം നിർണായകമായി മാറുന്നു. അണ്ണാവിയുടെ ആക്രമണോത്സുകമായ പാരമ്പര്യവാദത്തിനു പകരമായി രാമപ്പണിക്കർ 'നല്ല ബ്രാഹ്മണർ' എന്ന സംജ്ഞ മുന്നോട്ടുവയ്ക്കുന്നതായിക്കാണാം. എന്നാൽ *പുല്ലേലിക്കുഞ്ചു* ബ്രാഹ്മണാധികാരത്തിന്റെ വിമർശം സാധ്യമാക്കുന്നത് കൊളോണിയൽ ആധുനികതയിൽ പരമപ്രധാനമായി മാറിയ സാമൂഹ്യസമത്വം എന്ന ആശയത്തെയും അതു രൂപപ്പെടുത്തിയ വ്യവ

ഹാരങ്ങളെയും അടിസ്ഥാനമാക്കിയാണ്. സാമ്പ്രദായിക ജാതി സമൂഹത്തിന്റെ അധികാരഘടനയ്ക്കെതിരായി രൂപമെടുത്ത ചാന്നാർ കലാപത്തെക്കുറിച്ചുള്ള സൂചനകൾ ഇവിടെ പ്രത്യേകമായി പരാമർശവിധേയമാക്കുന്നുമുണ്ട്. ജാതി അടിസ്ഥാനമാക്കിയുള്ള തൊഴിൽവിഭജനം വ്യക്തികളുടെ കഴിവുകളുടെയും മികവിന്റെയും ആത്യന്തികമായ വിനാശത്തിൽ കൊണ്ടെത്തിക്കുന്നു എന്നു കുഞ്ചുപിള്ള തിരിച്ചറിയുന്നുണ്ട് എന്നുമാത്രമല്ല; കൊളോണിയൽ ഭരണാധികാരം, തിരുവിതാംകൂറിലും മലബാറിലും നിലവിലിരുന്ന ഔദ്യോഗിക ഘടനയിൽ വരുത്തിയ മാറ്റങ്ങൾമൂലം മികവുതെളിയിച്ചവർ ജാതിഭേദമെന്യേ പുതിയ പദവികളിൽ വിന്യസിക്കപ്പെട്ടതുമൂലം അവരുടെ മനോശക്തി വികസിച്ചതായും കുഞ്ചുപിള്ള നിരീക്ഷിക്കുന്നുണ്ട്.

ദേശീയതയെക്കുറിച്ചുള്ള പഠനങ്ങളിൽ സമീപകാലത്തായി ശ്രദ്ധിക്കപ്പെട്ടിട്ടുള്ള, ജാതിയും ദേശീയതയും തമ്മിലുള്ള ബന്ധം *പുല്ലേലിക്കുഞ്ചു*വിൽ നിരീക്ഷിക്കപ്പെടുന്നുണ്ട്. ജാതിസമ്പ്രദായം മൂലം, "കുടികൾ അന്യോന്യം ഉള്ളടുപ്പം ഇല്ലായ്കയാൽ മണൽപോലെ ഒന്നോടൊന്നു വേർപെട്ടല്ലൊ ഇരിക്കുന്നു" എന്ന നിരീക്ഷണം ശ്രദ്ധേയമാണ്. ദേശരാഷ്ട്രത്തെ വിഭാവനചെയ്യാൻ കഴിയാത്ത മാനസികഘടന ഉൽപ്പാദിപ്പിക്കാൻ ജാതിവ്യവസ്ഥയ്ക്ക് കഴിയുന്നതിനെക്കുറിച്ചുള്ള ഉൾക്കാഴ്ച നമുക്കിവിടെ ലഭിക്കുന്നു. ഇന്ത്യൻ ദേശീയ പശ്ചാത്തലത്തിൽ ജി അലോഷ്യസിന്റെ[1] വിമർശനാധിഷ്ഠിത പഠനവും കേരളീയ സാഹചര്യത്തിൽ കീഴാളജാതികളുടെ രാഷ്ട്രീയ കർതൃത്വത്തെക്കുറിച്ചുള്ള കീഴാള നോവലുകളുടെ പശ്ചാത്തലത്തിൽ ദിലീപ് മേനോൻ[2] നടത്തിയ നിരീക്ഷണങ്ങളും വിവിധ ജനവിഭാഗങ്ങൾ തമ്മിൽ സമരസപ്പെടാനുള്ള വൈകാരിക ഘടന, ദേശീയത വിഭാവന ചെയ്യുന്നതിൽ അടിസ്ഥാനഘടകമായി വർത്തിക്കുന്നത് ജാതി സമൂഹത്തിൽ അപ്രാപ്യമായി നിലനിൽക്കുന്നു എന്നു സൂചിപ്പിക്കുന്നു.

ദേശീയതയ്ക്കുവേണ്ട സമഭാവനയും പാരസ്പര്യവും ജാതിഘടനയുടെ രൂപപ്പെടലിൽത്തന്നെ ഉൾച്ചേർന്നിരിക്കുന്ന ഹിംസാത്മകത നശിപ്പിക്കുന്നു എന്ന് *പുല്ലേലിക്കുഞ്ചു* നിരീക്ഷിക്കുന്നു. "ഈഴവനോ പുലയനോ തലയിൽ വലിയ ചുമടുമായി വശംകെട്ടു വഴിയേവരുമ്പോൾ, ഒരു ബ്രാഹ്മണൻ കണ്ടാൽ അല്ലെങ്കിൽ തമ്മിൽ ഒരുവൻ എതിരേ ചെന്നാൽ ആ ചുമട്ടുകാരന്റെ പരവശതയിങ്കൽ കനിവു തോന്നാതെ അവനെ വഴിയിൽ ഓടിക്കുന്നില്ലായോ?" എന്ന കുഞ്ചുവിന്റെ ചോദ്യം ഇവിടെ പ്രസക്തമാണ്. നോവലിന്റെ ഒന്നാംഭാഗം അവസാനിക്കുന്നിടത്തു പറയുന്ന മലകൊയ്ത്തു കഴിഞ്ഞു കൂലിയായിക്കിട്ടിയ നെല്ലും ചുമന്നു വരുന്ന പുലയരെ, ഗർഭിണികളായ സ്ത്രീകളും കുട്ടികളും അടങ്ങുന്ന സംഘത്തെ, കുഞ്ചു ഉൾപ്പെട്ട സവർണസംഘം മർദിച്ചത് അദ്ദേഹം വിവരിക്കുന്നു. പുലക്കിടാവിനെ തൂക്കിയെടുത്ത് ആ പുലയിയുടെ പുറത്ത് അടിച്ചതിന്റെ ഫലമായി അവൾ നിലത്തു വീഴുകയും അപ്പോൾത്തന്നെ

പ്രസവിക്കുകയും ചെയ്തു. മറ്റു പുരുഷന്മാരും കുട്ടികളുമെല്ലാം കൊടിയമർദനത്തിനിരയായി. വളവുതിരിവുള്ള വഴിയിൽ എതിരെ വന്ന ഉയർന്ന ജാതിക്കാരിൽനിന്നും തീണ്ടാപ്പാടകലം കാക്കാൻ കഴിയില്ലാതെ വന്ന പുലയരാണ് ഈ ആക്രമണത്തിനിരയായത്. നോവലിൽ വിവരിക്കുന്ന ഈ കഥ യഥാർഥത്തിൽ നടന്നതു തന്നെയാണ്. പത്തൊമ്പതാം നൂറ്റാണ്ടിലെ മിഷനറി രേഖകളിൽ ഇത്തരത്തിലുള്ള ഹിംസയുടെ ആഖ്യാനങ്ങൾ ഏറെയാണ്. ഈ ഹിംസാത്മകതയാണ് ജാതികൾ തമ്മിലുള്ള വൈരുധ്യത്തെ ദൈനംദിന ജീവിതത്തിലെ നിർണായകമായ അനുഭവമാക്കി മാറ്റിയത്. ഈ അവസ്ഥയിൽനിന്നുള്ള മോചനമെന്ന പ്രശ്നം ഏറെ സങ്കീർണമായിരുന്നുവെന്ന് ഇരുപതാം നൂറ്റാണ്ടിന്റെ ആദ്യദശകങ്ങളിലെ മിഷനറി രേഖകളിൽ നിന്നുപോലും വ്യക്തമാകുന്നുണ്ട്.

നോവലിന്റെ രണ്ടാം ഭാഗത്തു പ്രധാനമായും വിശകലനം ചെയ്യപ്പെടുന്നതു ബിംബാരാധനയാണ്. ഇതു പ്രൊട്ടസ്റ്റന്റ് ക്രൈസ്തവാവബോധത്തിൽ ഊന്നിയുള്ള വ്യവഹാരമാണ്. കൊളോണിയൽ ആധുനികതയിൽ രൂപപ്പെട്ട മതവിമർശത്തിന്റെ പ്രധാനമായ ഒരു ആശയം ബിംബാരാധനയുടെ തിരസ്കാരമാണ്. ബിംബാരാധനമൂലം ഹിന്ദുക്കളിൽ വ്യുൽപ്പന്നന്മാർപോലും ആത്മീയവിഷയങ്ങളിൽ മന്ദബുദ്ധികളായിപ്പോയി എന്നു കുഞ്ചു അഭിപ്രായപ്പെടുന്നു. മതാവബോധത്തെയും ഈശ്വരവിശ്വാസത്തെയുംകുറിച്ച് ആധുനികാവബോധത്തിലൂന്നിയ വിമർശമാണ് ഇവിടെ കാണാൻ കഴിയുന്നത്. ബിംബാരാധന ഒരിക്കലും ജ്ഞാനത്തിലേക്കു നയിക്കുന്നില്ല എന്ന് കുഞ്ചു സാമ്പ്രദായിക വീക്ഷണത്തെ തള്ളിക്കൊണ്ട് അഭിപ്രായപ്പെടുന്നു.

കുഞ്ചുവും രാമപ്പണിക്കരും തമ്മിലുള്ള സംഭാഷണം നടക്കെ അവിടെ യാദൃച്ഛികമായി എത്തിയ നെടുവേലി മനയ്ക്കലെ മൂത്ത നമ്പൂതിരിപ്പാട് അവരുടെ സംഭാഷണത്തിൽ പങ്കുചേർന്നു. ബിംബാരാധനയെപ്പറ്റി തന്റെ യുക്തിഭദ്രമായ വാദഗതികൾ എന്നു നമ്പൂതിരിപ്പാട് കരുതിയ ആശയങ്ങളെ കുഞ്ചു അനായാസേന വിമർശനവിധേയമാക്കുന്നു. നോവലിന്റെ മൂന്നാം ഭാഗത്തിൽ യേശുക്രിസ്തുവിന്റെ ജീവചരിത്രമാണ് ആഖ്യാനം ചെയ്യപ്പെടുന്നത്. ക്രിസ്തുവിന്റെ മാതാവിനു ദേവദൂതൻ പ്രത്യക്ഷമായി മംഗളവാർത്ത അറിയിക്കുന്നതു മുതൽ അദ്ദേഹത്തിന്റെ സ്വർഗാരോഹണം വരെയുള്ള അനുഭവങ്ങളെ വർണിച്ചു പ്രസംഗിക്കുന്ന സുവിശേഷപ്രസംഗവും പാട്ടുമായി നാടുചുറ്റി സുവിശേഷം പ്രസംഗിക്കുന്ന ഒരു സംഘം കുഞ്ചുവിന്റെ ഗ്രാമത്തിലും എത്തിച്ചേർന്നു. അവരുടെ പ്രസംഗത്തിലൂടെയും പാട്ടിലൂടെയും ഗ്രഹിച്ച കാര്യങ്ങളുടെ അർഥം കുറച്ചുകൂടി വിശദമായിക്കേൾക്കാൻ കുഞ്ചുപിള്ള ആഗ്രഹം പ്രകടിപ്പിച്ചു. അതിനുള്ള മറുപടിയായിരുന്നു യേശുവിന്റെ തിരുവവതാരകഥയുടെ പുനരാഖ്യാനം. യേശുവിന്റെ രണ്ടാംവരവിന്റെയും ലോകാവസാനത്തിന്റെയും വർണനയോടെയാണ് കോൾപോർട്ടർ പ്രസംഗം അവസാനിപ്പിക്കുന്നത്. പ്രസംഗം കേട്ടുനിന്നവർ, ഹിന്ദു അവതാരങ്ങളും ക്രിസ്തുവിന്റെ മനു

ഷ്യാവതാരവും തമ്മിലുള്ള വ്യത്യാസങ്ങളെക്കുറിച്ച് ആലോചിക്കുന്നു. ഈ അവതാരകഥയിൽ ദൈവത്വത്തെ നിഹനിക്കുന്ന എന്തെങ്കിലും ഉള്ള തായി അവർ കാണുന്നില്ല. പ്രസംഗം കേൾക്കാൻ കൂടിയവർ, കോൾ പോർട്ടറുടെ പക്കലുള്ള പുസ്തകങ്ങൾ — സുവിശേഷവും മറ്റു ലഘുലേ ഖകളും — വാങ്ങുകയും ചെയ്തു. കുഞ്ചുപിള്ളയടക്കമുള്ളവരോട് യാത്ര പറഞ്ഞു. സുവിശേഷസംഘം ഗുരുവായൂരിലേക്ക് പോയി.

ഇക്കാലഘട്ടത്തിലെ മറ്റു നോവലുകളുമായി താരതമ്യപ്പെടുത്തു മ്പോൾ *പുല്ലേലിക്കുഞ്ചു*വിന്റെ ഇതിവൃത്തത്തിലുള്ള മാറ്റം ഇവിടെ ശ്രദ്ധേ യമാണ്. *ഇന്ദുലേഖ*യിൽ കാണുന്ന റൊമാന്റിക് വർണനകൾ ഇവിടെ യില്ല. അതുപോലെ തന്നെ സാമൂഹ്യ ആശയങ്ങളുടെ സംവാദവും ഇവിടെ വ്യത്യസ്തമാണ്. മതപരമായ ആചാരങ്ങളുടെയും ജാതി അടി സ്ഥാനപ്പെടുത്തിയുള്ള ലോകബോധത്തിന്റെയും വിമർശനമാണ് *പുല്ലേലിക്കുഞ്ചു*വിൽ പ്രധാനം. അതോടൊപ്പം മിഷനറി സംഘത്തിന്റെ പ്രസംഗത്തിലൂടെ വെളിവാക്കപ്പെടുന്ന യേശുക്രിസ്തുവിന്റെ മനുഷ്യാ വതാരത്തിന്റെ ആഖ്യാനം സാമ്പ്രദായിക 'ഹൈന്ദവ മത'ത്തിന്റെ പ്രമാ ണങ്ങളുടെ വിമർശനമായിത്തീരുന്നു. മിസിസ്സ് കൊളിൻസിന്റെ *ഘാത കവധം*, പോത്തേരി കുഞ്ഞമ്പുവിന്റെ *സരസ്വതീവിജയം*, ജോസഫ് മൂളിയിലിന്റെ *സുകുമാരി* എന്നിവയിൽ കാണുന്ന കീഴാള ലോകത്തിന്റെ കൊളോണിയൽ ആധുനികതയിലെ നിർമിതിയും ഇവിടെ അതേ കൃ ത്യതയോടെ ആവിഷ്കരിക്കപ്പെടുന്നില്ല. എന്നാൽ ജാതിഘടനയെ അടി സ്ഥാനമാക്കിയ മതസാമൂഹ്യക്രമം കീഴാളവിഭാഗങ്ങളെ ക്രൂരമായി അടി ച്ചമർത്തുന്നതിന്റെ ഉദാഹരണം കൃത്യതയോടെ അവതരിപ്പിക്കുന്നുണ്ട്. മലകൊയ്ത്തു കഴിഞ്ഞു തിരിച്ചു വരുന്ന ഗർഭിണികളായ സ്ത്രീകളും പിഞ്ചുകുഞ്ഞുങ്ങളും അടങ്ങുന്ന പുലയരുടെ സംഘം അക്രമിക്കപ്പെടു ന്നതിന്റെ വർണന ഇവിടെ പ്രസക്തമാവുന്നു.

മിഷനറി ആഖ്യാനങ്ങളുടെ ഘടനാവിശേഷം ഇവിടെ ദർശിക്കാം. സമീപകാല സാമൂഹ്യശാസ്ത്ര രചനകളിൽ പ്രത്യേകിച്ച് നരവംശ ശാസ്ത്രവും ചരിത്രവും ക്രിയാത്മകമായി ഉൾച്ചേരുന്ന രചനകളിൽ ലോകത്തിന്റെ വിവിധ ഭാഗങ്ങളിൽ തദ്ദേശീയ ജനവിഭാഗങ്ങളും മിഷ നറി ക്രൈസ്തവ സഭകളും തമ്മിലുള്ള പാരസ്പര്യത്തിന്റെ വിശകല നങ്ങൾ ഇത്തരം ആഖ്യാനങ്ങളുടെ പ്രാധാന്യം മുന്നോട്ടുവയ്ക്കുന്നു. ഈ ആഖ്യാനങ്ങൾ ആധുനിക ആശയങ്ങളുടെ കടന്നുവരവിനെയും കൊളോ ണിയൽ സമൂഹത്തിൽ അവ വരുത്തിത്തീർക്കുന്ന മാറ്റങ്ങളുടെയും സങ്കീർണതകൾ ഒട്ടും കുറയാതെ അവതരിപ്പിക്കുന്നു. *Pilgrim progress* പോലുള്ള ടെക്സ്റ്റ്[3] ഏതു തരത്തിലാണ് ദക്ഷിണാഫ്രിക്കയിൽ വിവർത്തനം ചെയ്യപ്പെട്ടതെന്നും അതിന്റെ ചരിത്രപരമായ പ്രാധാന്യവും മറ്റും കൊളോണിയൽ സമൂഹത്തിന്റെ നിർമിതിയുമായി ചേർത്തുള്ള വിശകലനങ്ങൾ ഇന്നു ലഭ്യമാണ്. ചരിത്രപരമായി സാമ്പ്രദായിക ക്രൈസ്തവസഭ നിലനിന്നിരുന്ന കേരളീയ സാഹചര്യത്തിൽ 19–ാം നൂറ്റാ

ണ്ടിൽ കടന്നുവന്ന പ്രൊട്ടസ്റ്റന്റ് മിഷനറിമാരുടെ *ബൈബിളി*ന്റെ വിവർത്തനം ഏറെ പ്രാധാന്യമർഹിക്കുന്നു. നാടുചുറ്റി പ്രസംഗിക്കുന്ന മിഷനറി സംഘങ്ങൾ ഇങ്ങനെ വിവർത്തനം ചെയ്യപ്പെട്ട *ബൈബിളി*ന്റെ ഭാഷ, അലങ്കാരങ്ങൾ, രൂപകങ്ങൾ എന്നിവയുടെ സാർവത്രികമായ സ്വീകാര്യതയ്ക്കു വേണ്ട സാഹചര്യങ്ങൾ രൂപപ്പെടുത്തി. പ്രൊട്ടസ്റ്റന്റ് വിശ്വാസത്തിൽ അടിയുറച്ച മിഷനറി സഭകളുടെ കടന്നുവരവോടെയാണ്, കേരളത്തിൽ ശക്തമായ തോതിലുള്ള സാമ്പ്രദായിക ഹൈന്ദവമതത്തിന്റെ വിമർശം മുന്നോട്ടു വയ്ക്കപ്പെടുന്നത്. ജാതിസാമൂഹ്യഘടന, ബിംബാരാധന, ബഹുദൈവവിശ്വാസം മുതലായവ പ്രശ്നവൽക്കരിക്കപ്പെടുന്നത് ഈ സാഹചര്യത്തിലാണ്. പത്തൊമ്പതാം നൂറ്റാണ്ടിന്റെ അവസാനദശകങ്ങളിൽ ഇത്തരം വിമർശചിന്താപദ്ധതികൾ കേരളത്തിൽ രൂപമെടുത്തതായി *പുല്ലേലിക്കുഞ്ചു*വിന്റെ വായനയിലൂടെ നമുക്ക് മനസിലാക്കാം.

പാശ്ചാത്യ മിഷനറി രേഖകളുടെ അക്കാദമീയ വായന കൊളോണിയൽ ആധുനികതാ പഠനങ്ങളിൽ ഇന്ന് ഏറെ പ്രാധാന്യമർഹിക്കുന്നു. *പുല്ലേലിക്കുഞ്ചു*വിൽ നാം വായിക്കുന്ന കഥാപാത്രങ്ങൾ തമ്മിലുള്ള സംഭാഷണം പരിമിതമായ അർഥത്തിലെങ്കിലും യുക്തിപരതയിലൂന്നിയ വിമർശനാത്മകമായ ആശയവിനിമയത്തിന്റെ പൊതുമണ്ഡലം രൂപപ്പെട്ടുവരുന്നതിലേക്ക് വിരൽചൂണ്ടുന്നു. അതോടൊപ്പം നോവലിന്റെ അവസാനഭാഗത്തു വിവരിക്കപ്പെടുന്ന മിഷനറി സംഘത്തിന്റെ പ്രസംഗം, ആശയവിനിമയത്തിന്റെ മറ്റൊരു ഇടം രൂപപ്പെടുന്നതിനെ സാക്ഷ്യപ്പെടുത്തുന്നു. ഗ്രാമത്തിലെ ആൽത്തറയിൽ ഇരുന്ന യുവാക്കൾ രാമപ്പണിക്കരുടെ അടുത്തുവന്നു സംസാരിക്കുകയും ഒരു പാട്ടുപാടുകയും ചെയ്തു. കുഞ്ചുപിള്ളതന്നെയാണ് അവരോട് ആ പാട്ടിന്റെ അർഥം പറയാൻ ആവശ്യപ്പെട്ടത്. അതിനെത്തുടർന്നാണ് യേശുക്രിസ്തുവിന്റെ മനുഷ്യാവതാരകഥ അവർ പ്രസംഗരൂപേണ വിവരിക്കുന്നത്. കേൾവിക്കാർ വന്നുകൂടുകയും ചെയ്തു. അതിനുശേഷം അവർ പോകുന്നതു ഗുരുവായൂരിലേക്കാണ്. സാധാരണയായി കൂടുതൽ ആളുകൾ വന്നുചേരുന്ന സ്ഥലങ്ങളിൽ മിഷനറി സംഘങ്ങൾ പ്രസംഗിച്ചിരുന്നു; അമ്പലങ്ങളിൽ ഉത്സവനാളുകളിൽ ചെന്നു പ്രസംഗിക്കുകയും പതിവായിരുന്നു. ഈ രീതിയിൽ ആശയവിനിമയത്തിന്റെ പൊതുമണ്ഡലം രൂപപ്പെടുത്തിയെടുക്കാൻ അവർക്കുകഴിഞ്ഞു. മറ്റു മിഷനറി രേഖകളിൽനിന്ന് ഇത്തരം പ്രസംഗങ്ങളുടെ വ്യക്തമായ വിവരം ലഭിക്കുന്നുവത്രെ. പലപ്പോഴും കേൾവിക്കാർ–മിക്കവാറും ഉയർന്ന ജാതികളിൽപ്പെടുന്നവർ – മിഷനറിമാരുമായി ആശയസംവാദങ്ങളിൽ ഏർപ്പെടാറുണ്ട്. ഇത്തരം സംവാദങ്ങളിൽ ഇരുകൂട്ടരും തങ്ങളുടെ വാദമുഖങ്ങൾക്കു മോക്ഷം നേടാൻ പരിശ്രമിക്കുക പതിവായി. ഇത്തരത്തിലുള്ള വിവിധങ്ങളായ വ്യവഹാരങ്ങൾ, പത്തൊമ്പതാം നൂറ്റാണ്ടിന്റെ അവസാനദശകങ്ങളിൽ രൂപമെടുത്തിരുന്നു. ഇതു

സാഹിത്യരൂപങ്ങളിലേക്കും സന്നിവേശിക്കപ്പെട്ടിരുന്നു എന്നു *പുല്ലേലിക്കുഞ്ചു*വിൽ നാം വായിക്കുന്നു.

കൊളോണിയൽ ആധുനികതയിൽ രൂപപ്പെടുന്ന പുതിയ മനോഘടനയുടെ സങ്കീർണതകൾ ആണ് യഥാർഥത്തിൽ *പുല്ലേലിക്കുഞ്ചു* എന്ന നോവലിന്റെ സാമൂഹ്യശാസ്ത്രപരമായ പ്രാധാന്യം. ഈ പ്രത്യേകതയാണ് ഇന്നും അതിനുള്ള സാമൂഹ്യപ്രസക്തിയുടെ അടിസ്ഥാനവും.

സഹായക ഗ്രന്ഥങ്ങൾ

1. G Aloysius: *Nationalism without a nation in India* - Delhi oxford University Press. 1997
2. Dilip Menon, *Cast and Colonial Modern Reading, Saraswathi Vijayam* Studies in History, 13/2 1997
3. Isabel Hofmeyr: *Bunyan in Africa* Text and Transitions Interventions International Journal of post Colonial studies Vol. No.3 Issue no 3, 2001

ഒന്നാം ഭാഗം

ഞാൻ ഒരു ദിവസം കൈതകപ്പെള്ളിൽ രാമപ്പണിക്കരുമായി ചില കാര്യങ്ങളെപ്പറ്റി സംസാരിച്ചുകൊണ്ടു അയാളുടെ ചാവടിയിൽ ഇരിക്കുമ്പോൾ ഒരു ശൂദ്രബാല്യക്കാരൻ അവിടെ വന്നു. അയാൾക്കു ഏകദേശം ഇരുപത്തഞ്ചുവയസ്സു പ്രായംതോന്നും. ഒരു അമ്പാസമുദ്രം മുണ്ടു ഉടുത്തിരുന്നതും കയ്യിൽ ഒരു പഴേ കാടൻലേസും അല്ലാതെ വസ്ത്രമോടി ഒന്നും ഇല്ല. എങ്കിലും കാഴ്ചക്കു മഹാ ശ്രീമാനും അസാമാന്യം പ്രസാദ മുഖമുള്ളവനും ആയിരുന്നു. എന്നാൽ അയാളെ കണ്ടയുടനെ പണിക്കരു സംസാരം നിറുത്തി. മുഖത്തു വല്ലാതൊരു ഭാവപ്പകർച്ചയുമുണ്ടായി. അതിന്റെ കാരണം എന്തെന്നു ഞാൻ അങ്ങിനെ വിചാരിച്ചിരിക്കുമ്പോൾ, "എടാ കുഞ്ചൂ, നിനക്കു ഇപ്പോൾ നാമം ജപിക്ക ഭസ്മം തൊടുക ഈ വകയൊന്നും ഇല്ലെന്നു നിന്റെ അച്ഛൻ പറഞ്ഞു. ഇന്നലെ കേശവപിള്ളയും ഇവിടെ വന്നപ്പോൾ അങ്ങിനെ പറകയുണ്ടായി, എന്താണു നീ ഈ വിധത്തിൽ തുടങ്ങിയിരിക്കുന്നത്" എന്നു പണിക്കരു കലമ്പലോടെ ചോദിച്ചു.

കുഞ്ചു: അച്ഛനോടും അമ്മാമനോടും പറഞ്ഞു തുടങ്ങുമ്പോൾ ഉടനെ അവർ ശകാരിച്ചുകൊണ്ടു അടിപ്പാൻ വരുംവണ്ണം പണിക്കരു ശണ്ഠ കൂടുകയില്ലെങ്കിൽ പറയാം.

പണിക്കർ: ഇല്ല പറഞ്ഞോളുകേ വേണ്ടൂ, കേറി ഇരിക്ക, ഓരോരോ ജാതിയെന്നും അതാതു ജാതിക്കു ഇന്നീന്ന മര്യാദകളെന്നും പണ്ടുപണ്ടേയുള്ളപ്പോൾ ആ ന്യായങ്ങളൊന്നും നിനക്കു പ്രമാണമല്ലെന്നു വരുവാൻ കാരണമെന്തു?

കുഞ്ചു: ജാതിയെന്നും ജാതിമര്യാദകളെന്നും ഉള്ള സംഗതികളെ കുറിച്ചു ഇനിക്കു സംശയങ്ങൾ തോന്നീട്ടു കുറെ നാളായി, ഇന്നു ആ

കാര്യംകൊണ്ടു പണിക്കരുമായിട്ടു പറയെണം എന്നുകരുതിത്തന്നെയാണു ഇങ്ങോട്ടു വന്നതു. ജാതിഭേദം ഈശ്വരകല്പിതമല്ല പണിക്കരേ.

പണിക്കർ: (ഉടനെ മൂക്കിന്മേൽ കൈവെച്ചുകൊണ്ടു) ശിവ ശിവ! ശിവ ശിവ! (തിരിഞ്ഞു എന്നോടു) മുതൽപിടിക്കാരൻ ഇതുകേട്ടോ? ഇരിക്കൂ. പോകുവാൻ വരട്ടെ. ബ്രഹ്മാവു തന്റെ മുഖം, മാറു, അര, പാദം ഈ നാലു ഭാഗങ്ങളിൽനിന്നു ബ്രാഹ്മണൻ, ക്ഷത്രിയൻ, വൈശ്യൻ, ശൂദ്രൻ ഇങ്ങിനെ നാലു ജാതിക്കാരെ അല്ലൊ സൃഷ്ടിച്ചതു. അമ്പത്താറു ജാതികളിൽ ഈ നാലുംപോകെ ശേഷമെല്ലാം ഇവരിൽനിന്നു പലകാലങ്ങളിൽ പലകാരണവശാൽ പതിത്വങ്ങൾ ഭവിച്ചു ഉണ്ടായവരാണു. സത്യം ഇങ്ങിനെയിരിക്കെ വല്ല ബൗ–(ഉടനെ ഞാൻ കൂടെയുള്ളതു ഓർത്തിട്ടു ബൗദ്ധരെന്നു* തികെച്ചു പറയാതെ) വല്ലവരും വല്ലതും പറയുന്നതു കേട്ടുംകൊണ്ടു ജാതിഭേദം ഈശ്വരകല്പിതം അല്ലെന്നു പറയുന്നോ? ദുസ്സാമർത്ഥ്യം!

കുഞ്ചു: അമ്പത്താറു ജാതികളൊഴികെ ഭൂലോകത്തിൽ അനേകമനേകം ദേശക്കാരുള്ളവർ ആരെന്നും എങ്ങിനെ ഉണ്ടായവരെന്നും ശരിയായി പറഞ്ഞു ബോധപ്പെടുത്താമെങ്കിൽ ഞാൻ പറഞ്ഞതു തെറ്റെന്നു അനുസരിച്ചുകൊള്ളാം.

പണിക്കർ: മറ്റുള്ള രാജ്യക്കാരെത്രെയും ഈ അമ്പത്താറു ജാതികളിൽനിന്നു ഭിന്നിച്ചിന്നി ഉണ്ടായ ചണ്ഡാലപ്പരിഷകളാണു. അതുകൊണ്ടല്ലെ നാം അവരെ മ്ലേഛന്മാരെന്നു പറയുന്നതു?

കുഞ്ചു: അതു അത്ര തൃപ്തികരമായ ഉത്തരമെന്നു വിചാരിച്ചുകൂടാ. ആയതു എന്തെന്നു പറയാം, ജാതിഭേദം പ്രമാണിച്ചുവരുന്ന ഹിന്ദുക്കൾ ആകപ്പാടെ ഇരുപത്തുമൂന്നുകോടി ജനങ്ങളിൽ അധികമില്ല, എന്നാൽ ഭൂലോകത്തിൽ ആസകലാൽ ഏകദേശം നൂറ്റിനാല്പതു കോടി ജനമുള്ളതിൽ ഈ ഇരുപത്തുമൂന്നുകോടി നീക്കി, ശേഷം നൂറ്റിപ്പതിനേഴുകോടി ഉള്ളതു ഈ ചുരുങ്ങിയ എണ്ണത്തിൽനിന്നു പിഴെച്ചുണ്ടായവരെന്നു സാധിപ്പാൻ അസാദ്ധ്യമെന്നു തോന്നുന്നു.

പണിക്കർ: നീ എന്തറിഞ്ഞു പറയുന്നു കുട്ടീ? ഈ വെള്ളക്കാരുടെ ഉത്ഭവംതന്നേ നിനക്കു മനസ്സിലായിട്ടുണ്ടോ? പണ്ടു ശ്രീരാമൻ തന്റെ വാനരപ്പടയുമായി ലങ്കയിൽ രാവണനോടു യുദ്ധത്തിനു പോയിരുന്നപ്പോൾ വാനരന്മാരോടുള്ള കൂടിപ്പുണർച്ചയാൽ അവിടെ അനേകം സ്ത്രീകൾക്കു ഗർഭമുണ്ടായി. ശ്രീരാമൻ അതു അറിഞ്ഞാറെ സ്ത്രീവധം ചെയ്വാൻ മനസ്സില്ലായ്കകൊണ്ടു അവരെ ഒക്കപ്പാടെ ഒരു ഉരുവിൽ കയറ്റി കടലിലെക്കു ഒരു തള്ളുകൊടുത്തു. ആ തള്ളിന്റെ ബലത്താൽ ഉരു ഓടിയോടി ഒരു ദ്വീപിൽ ചെന്നടുത്തു. അതുകൊണ്ടു "ബലാലെത്തീ" എന്നു ആ ദ്വീപിനു പേരുണ്ടായി. "ബലാൽഎത്തി" എന്നുവെച്ചാൽ ശ്രീരാമന്റെ തള്ളിന്റെ ബലത്താൽ എത്തിയ ഇടം എന്നർത്ഥം.

* ഇതു ഹിന്ദുക്കൾ സുറിയാനി മാപ്പിളമാരെ പറയുന്ന ഒരു നിന്ദപ്പേർ

ഇപ്പോൾ നാം ആ പദം ചുരുക്കി "ബലാത്തി" എന്നു പറയുന്നു. വെള്ളക്കാരുടെ കൂട്ടം അശേഷവും ആ സ്ത്രീകളുടെ സന്തതികളത്രെ. നീ ചിരിക്കേണ്ടാ കുഞ്ചൂ, ഇതു സത്യമാണു, വേണ്ട, നല്ല വെള്ളക്കാർക്കു വാലില്ലയോ എന്നു അടുത്തു നില്ക്കുന്നവരോടു അന്വേഷിച്ചോ.

കുഞ്ചു: ഹെയി, അബദ്ധം! ഇതു പറഞ്ഞുണ്ടാക്കിയ ഭോഷൻ ഏതു? നാലഞ്ചുമാസത്തെ വഴി ദൂരത്തു വളരെ രാജ്യങ്ങൾക്കു അപ്പുറമായിരിക്കുന്ന ദിക്കിൽ ഒരു കപ്പൽ എത്ര കയ്യൂക്കു ഉള്ളവൻ തള്ളിയാലും ആ തള്ളിന്റെ ബലത്താൽ ചെന്നു അടുക്കും, എന്നോ, വളവും തിരിവും ഉള്ള കപ്പച്ചാൽ തനിയെ അറിഞ്ഞുപൊയ്ക്കൊള്ളും എന്നോ ആർ വിശ്വസിക്കും! എന്നുതന്നെയല്ല, അക്കാലങ്ങളിൽ ശ്രീരാമനും മറ്റും സംസാരിച്ചഭാഷ സംസ്കൃതമാകയാൽ "ബലാത്തി എന്ന നാമം "ബലാൽ എത്തി എന്ന മലയാള രീതിപ്രകാരമുള്ള പദങ്ങൾകൂടി ഉണ്ടാവാൻ പാടില്ല. ബലാത്തി എന്നതു കടലിന്നക്കരെ എന്നർത്ഥമുള്ള ഒരു ഹിന്തുസ്ഥാനി വാക്കെന്നും കേട്ടിരിക്കുന്നു. പണിക്കരു ഈ മൂഢക്കഥ ഇനി ആരും കേൾക്കെ പറയരുതേ.

പണിക്കർ: അങ്ങിനെയാണോ? എന്നാൽ ഞാൻ ഈ പറഞ്ഞതു നിങ്ങളും ആരോടും മിണ്ടിപ്പോകരുതു കേട്ടോ, മുതൽപിടിക്കാരനോടും കൂടെ–വിഡ്ഢികൾ ആരാണ്ടു അങ്ങിനെ ചേർച്ചെക്കു വകഞ്ഞെുണ്ടാക്കിയതായിരിക്കും. എന്നാൽ നാം കൂടിയിരുന്നു ഇങ്ങിനെ പറഞ്ഞെന്നൊ പഴിച്ചെന്നോ വല്ലധരമാരും കേൾപ്പാൻ ഇടവരരുതു. പക്ഷേ, മറ്റുള്ള രാജ്യക്കാർ ബ്രഹ്മാവിന്റെ ശിഷ്ടമുള്ള മുഖങ്ങളിൽനിന്നോ വേറെ വല്ല അംഗങ്ങളിൽനിന്നോ ഉണ്ടായവരെന്നു പറഞ്ഞാൽ എന്താണു?

കുഞ്ചു: കൊള്ളാം അങ്ങിനെ അവരൊക്കെ ബ്രഹ്മണരോടു ഒപ്പം ആകട്ടെ, അല്ലെങ്കിൽ എല്ലാറ്റിലും താണഭാഗമാകുന്ന പാദത്തിൽനിന്നു ഉത്ഭവിച്ച നമ്മേക്കാൾ ഉയർന്നവരെന്നു വരട്ടെ.

പണിക്കർ: ശരി, ശരി; അതു ഞാൻ വിചാരിച്ചില്ല. (പിന്നെ മകനോടു ഉറക്കെ) മാധവാ, ഈ പാക്കു ഒന്നിടിച്ചുതരുവാൻ നിന്റെ അമ്മയോടു പറ. മുറുക്കൂ കുഞ്ചു, മുതൽപിടിക്കാരൻ വെറ്റില എടുത്തു മുറുക്കൂ.

ഞങ്ങൾ വെറ്റില തിന്നുന്നിടയിൽ പാക്കു ഇടിച്ചതുംകൊണ്ടു രാമപ്പണിക്കരുടെ കളത്രവും ഏഴൊഎട്ടൊ വയസ്സുള്ള മകൻ മാധവനുംകൂടെ ചാവടിയിൽ വന്നു. മാധവൻ കുഞ്ചുപിള്ളയെ കണ്ടയുടൻ അല്പം കൊഞ്ചിക്കൊണ്ടു "അച്ച–ാ, ഇന്നിലെ ഈ കുഞ്ചൂ'ള്ളേടെ അമ്മ പറഞ്ഞേ, ഈ കുഞ്ചൂ'ള്ള പത്നം ഇടുകേല്ലെന്നു. അതെന്താണെന്നു ചോയിക്കെണമെന്നേ ഈ കുഞ്ചൂ'ള്ളേടെ അമ്മ പറഞ്ഞു."

പണിക്കർ: ഞാൻ ആ കാര്യം ചോദിക്കയാണു. എന്റെ മകൻ പോയി പഠിച്ചതു ഉരുവിടു. (അതിന്റെ ശേഷം ഭാര്യയോടു) "പിന്നെ ഇന്നു മുതൽപിടിക്കാരന്നും കുഞ്ചുവിനും ഉച്ചെക്കു ഊണു ഇവിടെയാണു."

ആയതു ഒരു പുഞ്ചിരിയോടെ കേട്ടു അവരു മകനെയും കൈക്കു പിടിച്ചുകൊണ്ടു പോകയും ചെയ്തു.

പിന്നെ ഞാൻ പണിക്കരോടു 'കുഞ്ചുപിള്ള പറഞ്ഞ പ്രകാരം ഹിന്ദു

ക്കൾ എല്ലാംകൂടെ ഇരുപതിച്ചിലാനം കോടി മാത്രവും ശേഷം ഭൂലോകവാസികൾ നൂറ്റിച്ചിലാനംകോടിയും ആയിരുന്നാൽ ബ്രാഹ്മണരും മറ്റും പിഴെച്ചിട്ടു ഉണ്ടായവരെന്നും കേൾവിയുള്ള നമ്പ്യാർ, ചാക്യാർ, പുഷ്പകൻ, വാരിയൻ മുതലായ പരിഷകൾ എണ്ണത്തിൽ എത്രയും ചുരുങ്ങിയിരിക്കുന്ന സ്ഥിതിക്കു മുതൽജാതിക്കാർ ഇത്രകുറഞ്ഞും അവരിൽ നിന്നു പതിത്വം ഭവിച്ചുണ്ടായവർ ആറേഴുമടങ്ങിനു ഏറിയും ഇരിപ്പാൻ ഇടയില്ലല്ലോ' എന്നു പറഞ്ഞു.

പണിക്കർ: ജാതിഭേദത്തെക്കുറിച്ചു നിങ്ങളുടെ വേദത്തിൽ എന്തു പറയുന്നു?

ഞാൻ: ഞങ്ങളുടെ വേദപ്രകാരം സകലമനുഷ്യരും ഒരു പുരുഷന്റെയും ഒരു സ്ത്രീയുടെയും സന്തതികളാണ്. ഇവിടുത്തെ മാധവൻകുഞ്ഞും അവനു ജേഷ്ഠാനുജന്മാരൊ പെങ്ങന്മാരോ ഉണ്ടെങ്കിൽ അവരും തമ്മിൽ ജാതിഭേദം ഉണ്ടെന്നു വരികിൽ മാത്രമേ മനുഷ്യവർഗ്ഗത്തിലും ഉണ്ടെന്നു പറഞ്ഞുകൂടു. പിന്നെ ഓരോ ദേശക്കാർ തമ്മിൽ മുഖരൂപത്തിലും നിറത്തിലും മറ്റും വ്യത്യാസം കാണുന്നതു ദിക്കു, തൊഴിൽ, അഭ്യാസം മുതലായതിന്റെ ഭേദങ്ങൾ കൊണ്ടത്രെ.

പണിക്കർ: എന്നാൽ ഈ ഹിന്ദുക്കെട്ടിൽ ഏറിയോരു കാലമായി നടന്നുപോന്നിരിക്കുന്ന ജാതിഭേദം പിന്നെ എങ്ങിനെ ഉണ്ടായി? പറവിൻ.

കുഞ്ചു: മുൻകാലങ്ങളിൽ ഇന്നത്തെപ്പോലെ രാജ്യങ്ങൾ തമ്മിൽ പോക്കുവരത്തു ഇല്ലായ്കയാൽ പണ്ടുള്ള ചിലമിടുക്കന്മാർ തങ്ങളുടെ നാടുഒഴികെ വേറെനാടുകളും ജനങ്ങളും ഇത്രവളരെ ഉണ്ടെന്നു അറിയാതെ അവർതന്നെ ലോകത്തിൽ ശ്രേഷ്ഠന്മാരെന്നും അവരായിട്ടു നിശ്ചയിക്കുന്ന ചട്ടങ്ങളും അവെക്കു പറഞ്ഞുണ്ടാക്കുന്ന കള്ളക്കാരണങ്ങളും ഒരിക്കലും ചെമ്പുപുറത്താകാതെ ഭദ്രമായി നടന്നുകൊള്ളുമെന്നും വിചാരിച്ചു ജാതിഭേദവും വർണ്ണാചാരങ്ങളും മറ്റും ഉണ്ടാക്കിയതാണു. 'ഇരുട്ടുകൊണ്ടു ഓട്ട അടെച്ചാൽ വെട്ടം വീഴുമ്പോൾ തഥൈവ' എന്നൊരു വാക്കുണ്ടല്ലോ. അതുപോലെ ഒത്തിരിക്കുന്നു ഇപ്പോൾ.

പണിക്കർ: അതുകൊണ്ടു തീണ്ടൽ തൊടീൽ ഒന്നും ഇനിവേണ്ടാ എന്നോ നിന്റെ ഭാവം?

കുഞ്ചു: ലോകസമ്മതത്തിനു വേണമെങ്കിൽ ആകട്ടെ എന്നല്ലാതെ തീണ്ടിക്കുളി മുതലായ വർണ്ണാചാരങ്ങളിന്മേൽ എനിക്കു പ്രമാണമില്ല. അജ്ഞാനം എന്നു പേരിട്ടിരിക്കുന്നതിനാൽ തന്നെ അതു ജ്ഞാനമില്ലാത്ത മൂഢന്മാർക്കുള്ള ആചാരമെന്നു അറിഞ്ഞുകൂടയോ? ഹിന്ദുമതത്തിൽ തെളിഞ്ഞവരെന്നു ഭാവിക്കുന്ന വേദാന്തികൾക്കു തീണ്ടൽ തൊടീൽ ഉണ്ടോ? എന്നുതന്നെയുമല്ല, ധനികന്മാരായ കീഴ്ജാതികളെ നമുക്കും അത്ര തീണ്ടൽ ഇല്ലല്ലോ. തെക്കെദിക്കിൽ മഹാഗ്രഹസ്ഥനായൊരു ഈഴവന്റെ വസ്തുത കേട്ടിട്ടുണ്ടു. അവൻ പരജനങ്ങൾക്കു ഉപകാരിയും വളരെ ശേഷിമാനുമാണു. മനകളിലോ സർക്കാരുദ്യോഗസ്ഥന്മാരുടെ അടുക്കലോ അവൻ ചെന്നാൽ, കൂടെചെല്ലുന്ന ഈഴവരോടു മാറുവാൻ പറ

യുമെന്നും അവൻ ഈഴവനല്ലാത്തവിധത്തിൽ അടുത്തു ചെല്ലുവാൻ വിളിക്കുമെന്നും കേട്ടിട്ടുണ്ടു. വലിയ ആളുകൾ അവന്റെ ചെവിയിൽ കാര്യങ്ങൾ പറഞ്ഞുംവെച്ചു കളിക്കാതെ അകത്തേക്കു പോകയുമുണ്ടു. അപ്പോൾ 'ആവതുപോൽ ആചാരം' അല്ലാണ്ടെന്താണു? ചാത്തമേനോൻ എന്നൊരു വിദ്വാൻ ഉണ്ടാക്കീട്ടുള്ള കവിത പണിക്കരു വായിച്ചിട്ടുണ്ടോ? അയാൾ വല്യമ്മാവന്റെ ഉറ്റ സ്നേഹിതനായിരുന്നു. ഹിന്ദുമതത്തിലെ അബദ്ധങ്ങളും കള്ളത്തരങ്ങളും മനസ്സിലാക്കിയപ്പോൾ അദ്ദേഹം ക്രിസ്തുവേദത്തിൽ ചേർന്നുകളഞ്ഞു. വർണ്ണാചാരങ്ങളെക്കുറിച്ചു അദ്ദേഹം പറഞ്ഞിരിക്കുന്നതു കേൾക്കെണം. എന്താണ്? (പിന്നെ അല്പം ഓർത്തിരുന്നുംവെച്ചു)

"കൊത്തിപ്പണിചെയ്തുതീർത്തബിംബങ്ങളു
മിത്തരമമ്പലത്തിൽ ചിലേടത്തുണ്ടു
തോലിട്ടവാദ്യങ്ങൾ നാലമ്പലംതന്നിൽ
വേലെക്കലങ്കാരമായുള്ളതാകുന്നു
തോൽച്ചെരിപ്പമ്പലത്തിൽ കണ്ടിതെന്നാകി
ലപ്പഴേ ശുദ്ധികലശമാവശ്യമാം
തൊട്ടുകുളികളും തീണ്ടികുളികളും
നാട്ടുമര്യാദപോലെവിവിധങ്ങൾപോൽ
തൊട്ടുകുളിയുണ്ടൊരേടത്തൊരുവനെ
ഒട്ടുമില്ലായതന്യപ്രദേശങ്ങളിൽ
തീണ്ടലുമേവമേറ്റക്കുറവായുള്ള
കണ്ടവർക്കൊത്തപോലാചരിച്ചീടുന്നു"

പിന്നൊരു സ്ഥലത്തു,

"അജ്ഞാനം നരകത്തിനുവിത്തു
അജ്ഞാനികൾ നരകത്തിനുപാത്രം"

കുഞ്ചുപിള്ള കവിത ചൊല്ലിത്തുടങ്ങിയപ്പോൾ പണിക്കരു ശ്രദ്ധയോടെ കേട്ടുരസിച്ചുകൊണ്ടും ചൊല്ലിയസംഗതികൾ തനിക്കു ബോധിച്ചപ്രകാരം മെല്ലെ തലകുലുക്കി താളംപിടിച്ചുകൊണ്ടും ഇരുന്നു. എന്നാൽ ഒടുവിലത്തെ ശീലിങ്കൽ വന്നപ്പോൾ രാമപ്പണിക്കരുടെ മുഖത്തേ തെളിവു മാറി. ആ രസക്ഷയം കണ്ടയുടനെ കുഞ്ചു ചൊല്ലുനിറുത്തി. പിന്നെ കുറെ നേരത്തേക്കു ആരും മിണ്ടാതെയിരുന്നു. ആ സുഖക്കേടായുള്ള മൗനത നീക്കുവാൻ വേണ്ടി ഞാൻതന്നേ സംസാരം ആരംഭിച്ചു പറഞ്ഞതു "ആവതുപോൽ ആചാരം" എന്നു കുഞ്ചുപിള്ള പറഞ്ഞതു സൂക്ഷ്മം തന്നേയാണു. അതെന്തു വെളുത്തേടത്തിനെ തൊട്ടാൽ കുളിക്കേണ്ടുന്ന നമ്പൂരി വെളുത്തേടത്തിന്റെ കലത്തിൽ വെച്ചു പുഴുങ്ങി അലക്കി അവന്റെ കഞ്ഞിയിട്ടു ഉണങ്ങുന്ന വസ്ത്രം ഉടുക്കുന്നു, ബിംബത്തിനു ഉടയാടയും ചാർത്തുന്നു. കുളമോ കിണറോ അന്യൻ തൊട്ടുപോയാൽ അബദ്ധം എന്നു പറയുന്നു. പെരുവഴിയിൽ സർവ്വജാതികളും ചവിട്ടുന്ന വെള്ളത്തിന്നു അജ്ഞാനം ഇല്ല താനും. വേലിക്കടമ്പ കടക്കുമ്പോൾ ഹീനജാതിക്കാർ തൊട്ടുനില്പുണ്ടോ എന്നു വേലിനീളവെ നടന്നു

നോക്കി നിശ്ചയപ്പെടുത്തുവാൻ പ്രയാസമാകകൊണ്ടു പിടിച്ചു കുലുക്കിയാൽ കുലുങ്ങുന്നതിനിപ്പുറം അശുദ്ധാനുബന്ധം ഇല്ലെന്നുവരികിൽ കടന്നുപോകാം എന്നു വെച്ചിരിക്കുന്നു. കീഴ്ജാതിയിലുള്ള വൈദ്യൻ തൊട്ടു ചികിത്സിക്കുമ്പോൾ രോഗിക്കു വന്നുകൂടുന്ന തീണ്ടൽ രോഗിയുടെമീതെ കുട പിടിച്ചു കടപ്പുറത്തു വെള്ളം ഒഴുക്കിയാൽ തീർന്നുപോകും എന്നുപറയുന്നു. എണ്ണകൾ തീണ്ടിപ്പോയാൽ നസ്രാണികളെക്കൊണ്ടു നിങ്ങൾ തൊടിച്ചു ശുദ്ധമാക്കിയെടുക്കുന്നു. ഞങ്ങൾ ഉണ്ടാക്കുന്ന പലഹാരങ്ങൾ മിക്കതും തിന്നുകയും ചെയ്യുന്നു. മാംസാദികൾ ഭുജിച്ചാൽ ബ്രാഹ്മണനു ഭ്രഷ്ടാണു, എന്നാൽ കാളയുടെ ചോര ചേർത്തു മിനുസപ്പെടുത്തി ഉണ്ടാക്കുന്ന പഞ്ചസാര—

പണിക്കർ: (ഉടനെ തടുത്തുകൊണ്ടു) "മതി കൂവാ നിറുത്തു, അത്ര നീട്ടിക്കെട്ടി പറയേണ്ടാ, ആചാരങ്ങൾ വിചാരിച്ചുകണ്ടാൽ ഒരു ഉപായസൂത്രമെന്നു ഇവിടെയും ബോധമുള്ളതാണു. മാംസരക്തങ്ങൾ ആകൃതിപ്രകൃതി സർവ്വവും നമ്മെപ്പോലെ തന്നേയുള്ളൊരു മനുഷ്യനെക്കൊണ്ടു നമുക്കു എന്തു അശുദ്ധി വരുവാനുള്ളു! പിന്നെ ശങ്കരാചാര്യർ തീണ്ടൽ തൊടീൽ നിശ്ചയിച്ചതു ജാതിഭേദത്തിന്റെ നടപ്പിനുവേണ്ടി അതാതു ജാതികൾ തമ്മിൽ ഒരു അതിർ വെട്ടിത്തിരിക്കുംവണ്ണം മാത്രം ആയിരുന്നു. എങ്കിലും പല ജാതികൾ എന്നുള്ള ക്രമഭേദം വേണ്ടിയതു തന്നെയാണു. അതു ഈശ്വരകല്പിതം അല്ലെങ്കിൽ മനുഷ്യൻ നിശ്ചയിച്ചതു എന്നിരിക്കട്ടെ. ഏതായാലും അതു സർവ്വജനങ്ങൾക്കും ഉപകാരമുള്ളതാകുന്നു സംശയമില്ല."

അപ്പോൾ കുഞ്ചു തന്റെ ലേസു എടുത്തു പണിക്കരുടെ നേരെയുള്ള മുഖഭാവം പൊത്തിക്കൊണ്ടു എന്നോടു തിരിഞ്ഞു, "സർവ്വർക്കും ഇത്ര ഉപകാരമുള്ളതായ ജാതിഭേദത്തിന്റെ ഗുണാധിക്യങ്ങൾ ഒന്നു കണ്ടെങ്കിൽ കൊള്ളായിരുന്നു. അതിനുള്ള ഭൂതക്കണ്ണാടി എവിടെ കിട്ടും" എന്നു ചിരിച്ചുംകൊണ്ടു ചോദിച്ചു.

പണിക്കർ: ആശ്ചര്യം! അതും ഇല്ലെന്നായോ? നേരെ നോക്കൂ കുഞ്ചു. മനുഷ്യശരീരത്തിൽ എല്ലാറ്റിലും ഉയർന്നു നില്ക്കുന്ന തല നീ കാണുന്നില്ലേ? പിന്നെ കണ്ണു, ചെവി, മൂക്കു ഈവക ഇന്ദ്രിയങ്ങളും കീൾപോട്ടു കൈ, കാൽ മുതലായ പലഅവയവങ്ങളും ഉണ്ടല്ലോ. ഈ അംഗഭേദങ്ങൾ ഒന്നും ഇല്ലാതെ ശരീരം മുഴുവനും ഒരു ഉരുൾതടി പോലിരുന്നാൽ മനുഷ്യൻ കാണുന്നതു എങ്ങിനെ? കേൾക്കുന്നതു എങ്ങിനെ? നടക്കുന്നതു എങ്ങിനെ? പിടിക്കുന്നതു എങ്ങിനെ? അതുപോൽതന്നേ ഭൂമിയിൽ അത്യുന്നതമായിരിക്കുന്ന മഹാമേരു ഉണ്ടു. അതിനെക്കാൾ താഴ്ചയിൽ ഏറ്റക്കുറവുള്ള അനേകം പർവ്വതങ്ങളും കുന്നുകളും ഉണ്ടു. പിന്നെ താഴ്വരകൾ ഉണ്ടു വയലുകൾ ഉണ്ടു, വയലുകളിൽ തന്നേയും വിരിപ്പുണ്ടു, മുണ്ടകനുണ്ടു, പുഞ്ചയുണ്ടു. ഈ ഭേദങ്ങൾ ഇല്ലാതെ ഭൂമിയുടെ ഉപരിഭാഗം കേവലം ഒരു നിരപ്പായിരുന്നാൽ മനുഷ്യർക്കു പാർപ്പാൻ കഴിയുമോ? കഴിച്ചുകൂട്ടുവാൻ പാടുണ്ടോ? അങ്ങിനെതന്നേ പലജാതികൾ എന്നുള്ള ക്രമഭേദം വെച്ചി

ട്ടില്ലാതിരുന്നെങ്കിൽ ഒരു മേലുകീഴില്ലാതെ തീർന്നിട്ടു മനുഷ്യസ്ഥിതി വലിയോരു കുഴമറിച്ചിൽ ആയിപ്പോകുമായിരുന്നു.

പണിക്കർ: ഇത്രത്തോളം പറഞ്ഞുംവച്ചു തന്റെ യുക്തി എത്രമേൽ ഫലിച്ചു എന്നു കാണ്മാനായിട്ടു ജയഭാവത്തോടെ ഞങ്ങളിരുപേരുടെയും മുഖത്തോട്ടു തെരുതെരെ കണ്ണോടിച്ചു നോക്കി.

എന്നാൽ ഈ പൊട്ടയുക്തിക്കു എന്തു ഉത്തരം ഉള്ളു എന്നു ഇനിക്കു ഒരു മലെപ്പു തോന്നി. ഉടനെ കുഞ്ചുപിള്ള ശേഷം പറഞ്ഞതു:

“ശരീരത്തിൽ അംഗഭേദങ്ങളും ഭൂമിയുടെ ഉപരിക്കു ഏറ്റത്താഴ്ചകളും ആവശ്യമായിരിക്കും വണ്ണം മനുഷ്യകുലത്തിന്റെ പൊതുസുഖത്തിന്നു അവരുടെ ഇടയിലും വ്യത്യാസങ്ങൾ വേണ്ടതാണു ശരിതന്നേ. ഈ അവസ്ഥഭേദങ്ങൾ ഈശ്വരൻ നിശ്ചയിച്ചിട്ടുമുണ്ടു. ധനം, ബുദ്ധി, വിദ്യ, പ്രാപ്തി മുതലായ ഓരോ ഗുണങ്ങളിൽ മനുഷ്യർ തമ്മിലുള്ള ഭേദങ്ങൾകൊണ്ടു ഉയർന്നവൻ, താണവൻ, വിദ്വാൻ, മൂഢൻ, യജമാനൻ, ഭൃത്യൻ എന്നിങ്ങനെ ഏറിയോരു വ്യത്യാസങ്ങൾ നാം കാണുണ്ടല്ലോ. ഈ ഭേദങ്ങൾ ഇല്ലാത്ത ദിക്കും ജനങ്ങളും ഇല്ല, അവ കൂടാതെ മനുഷ്യർക്കു സുഖമായിരിപ്പാൻ കഴിയുന്നതുമല്ല; എന്നാൽ ഒരു ജാതിയിൽ ജനിച്ചവൻ ദുർഗ്ഗുണനും മടയനുമായിരുന്നാലും അവൻ എന്നും ശ്രേഷ്ഠനായിട്ടും വേറൊരു ജാതിയിൽ പിറന്നവൻ എത്രമേൽ ഗുണവാനും പ്രാപ്തനുമായി വന്നാലും അവൻ എല്ലാനാളും ഹീനനായും ഇരിക്കത്തക്കവണ്ണം മനുഷ്യരെ ഓരോരോ അവസ്ഥകളിൽ ബന്ധിച്ചിട്ടിരിക്കുന്ന ജാതിഭേദം എന്ന ചട്ടം മനുഷ്യരുടെ പൊതുസുഖത്തിന്നു ഉപകരിക്കുന്നതു ഏതു വഴിയിൽ എന്നു കാണ്മാൻ എന്റെ കണ്ണിനു ദൃഷ്ടികൂർമ്മതി പോരാ.

പണിക്കർ: ഇരിക്കട്ടെ, ഈ യഥാക്രമം ഇല്ലെന്നു വന്നാൽ ഏവനും ഒത്തപോലെ നമ്മുടെ ഭവനങ്ങളിൽ കയറിവരികയും അവരവരുടെ പാത്രത്തിലുള്ളതു താന്താങ്ങൾക്കു അനുഭവിച്ചുകൊൾവാൻ പണിയായി തീരുകയും ഇല്ലയോ?

കുഞ്ചു: നമ്മൾ ഇരുവരും അസ്മാദികളാണല്ലൊ. എന്നാൽ ഞാൻ വല്ലപ്പോഴും ഇവിടെയൊ തങ്ങൾ എന്റെ വീട്ടിലൊ ക്ഷണിക്കാതെ ഉണ്മാൻ വരുന്നുണ്ടോ? ഓരോ ജാതിക്കാർ തനിച്ചുപാർക്കുന്ന ഗ്രാമങ്ങളും തെരുവുകളും ഉണ്ടല്ലോ, അവിടങ്ങളിലും ആർക്കും ഇങ്ങിനെയുള്ള അസഹ്യതകളാൽ ബുദ്ധിമുട്ടുള്ള പ്രകാരം പറഞ്ഞുകേൾക്കുന്നില്ല. നേരെമറിച്ചു ഒരു ദേശത്തെല്ലാം സ്വജാതിക്കാർതന്നേ ആയിരുന്നാൽ ഏറെ കൊള്ളാം എന്നല്ലയൊ എല്ലാവർക്കും തോന്നുന്നതു? കാക്കനാട്ടിൽ പുരയിടവും പുരയും പുതിയടത്തുമാപ്പിള വാങ്ങിപ്പാൻ ഭാവിച്ചപ്പോൾ അമ്മാമനും പണിക്കരും കരമേൽ പ്രധാനികൾ എപ്പേരും ഒത്തുകൂടിക്കൊണ്ടു മാപ്പിളെക്കു പുരയിടം കൊടുത്തുകൂടാ എന്നും മാപ്പിളമാർ അവിടെ വന്നു പൊറുതി ആയാൽ നമുക്കു പിന്നെ കടവിൽ ഇറങ്ങി കളിപ്പാൻ പാടില്ലാതെവരും എന്നുംമറ്റും മാടകോടയൊക്കെ ഗോവിന്ദക്കുറുപ്പിനോടു പറഞ്ഞു വിരോധിച്ചു. ഒടുക്കം ചാണ്ടിമാപ്പിള ചൊല്ലിയതിൽ പത്തെഴു

പതു ഉറുപ്പിക കുറെച്ചു കുഞ്ഞന്മേനവനെക്കൊണ്ടു നമ്മൾ ആ വസ്തു വാങ്ങിപ്പിച്ചില്ലേ? ഇങ്ങനെ അതാതു ജാതിക്കാർക്കു താന്താങ്ങളുടെ കര മേൽ മറ്റാരും ഇല്ലാണ്ടിരുന്നാൽ കൊള്ളാം എന്നുള്ള പക്ഷമേ ഏറെ കാണുന്നുള്ളു. ജാതിഭേദം തീരെ അറിഞ്ഞിട്ടില്ലാത്ത രാജ്യങ്ങളിൽ ജന ങ്ങൾക്കു സൗഖ്യക്കുറവു എന്നൊ പണിക്കർക്കു തോന്നിയിരിക്കുന്നതു? അവർക്കു ഹിന്ദുക്കളെക്കാൾ സുഖവും ഭാഗ്യവുമത്രെ.

പണിക്കർ: ജാതിഭേദത്തിന്റെ പ്രയോജനങ്ങൾ ഇന്നീന്നവയെന്നു തൽക്ഷണം വിവരപ്പെടുത്തുവാൻ ഇനിക്കു ഇപ്പോൾ തോന്നുന്നില്ല. എങ്കിലും അതു എത്ര പണ്ടുപണ്ടേയുള്ള ആചാരമെന്നു കുഞ്ചു ഓർക്കണം. ഗുണം ഉണ്ടുപോലും ഇല്ലപോലും ദോഷമല്ലാത്തതായിരുന്നാൽ യാതൊരു പുരാതനച്ചട്ടത്തെയും നമുക്കു ഇന്നു ഒത്തപോലെ തള്ളിക്കൂടാ.

കുഞ്ചു: ശരി. ദോഷമല്ലാത്ത ചട്ടങ്ങളൊന്നും നാം തള്ളിക്കൂടാ. എന്നാൽ അങ്ങേക്കു കലമ്പൽ തോന്നരുതേ. ഇതിന്റെ ഗുണങ്ങൾ ഒന്നും ഇപ്പോൾ കാണ്മാനില്ലല്ലൊ. ഇനി ജാതിഭേദത്തിൽനിന്നു ഉളവായിട്ടുള്ള ദോഷങ്ങളിൽ ചിലതിനെ ഞാൻ പറയാം. ഇതുവരെ പറഞ്ഞതൊക്കെയും ക്ഷമാശീലത്തോടെ കേൾപ്പാൻ തങ്ങൾക്കു മനസ്സുതോന്നിയതും മുതൽപിടിക്കാരൻകൂടെ ഇന്നു ഇവിടെ ഉണ്ടായിരിപ്പാൻ സംഗതിവന്നതും ഈശ്വരാധീനം എന്നു ഞാൻ വിചാരിക്കുന്നു.

പണിക്കർ: കുഞ്ചു, അനുജാ, ഈ അമ്പത്താറു വയസ്സിനിടയിൽ ഞാൻ കേട്ടിട്ടും എന്റെ ബുദ്ധിയിൽ തോന്നീട്ടുമില്ലാത്ത പല കാര്യങ്ങൾ ഇന്നു നിങ്ങളുമായിട്ടുള്ള സംസാരത്താൽ ഇനിക്കു അറിവാൻ ഇടവ ന്നതു. അതും ഈശ്വരാധീനം തന്നെയാണു സംശയമില്ല. ജാതിഭേദം ആചരിച്ചു പോരുന്നതിൽവെച്ചു ദോഷങ്ങൾ ഉണ്ടെങ്കിൽ ആയതും ഭയം കൂടാതെ പറകേവേണ്ടു. കാര്യം പറയുന്നവരോടു മുഷിച്ചൽ അല്ല സന്തോഷമേ ഇനിക്കു ഉള്ളൂ.

ഇങ്ങനെ രാമപ്പണിക്കരു സമ്മതിച്ചു പറഞ്ഞ വാക്കുകൾക്കു കുഞ്ചു പിള്ള പ്രസാദത്തോടെ ഉത്തരം പറവാൻ ഭാവിച്ചപ്പോൾ നെടുങ്ങാടു മഠ ത്തിൽ ശാമുഅണ്ണാവി അവിടെ വന്നതിനാൽ കുറെ നേരത്തേക്കു ഞങ്ങ ളുടെ സംസാരം വിഘ്നപ്പെട്ടുപോയി. അണ്ണാവി ഒരു വ്യവഹാരിയും കുറെ പഠിപ്പുള്ള ആളും ആയിരുന്നതുകൊണ്ടു ഈ സംഭാഷണം അയാൾകൂടെ കേട്ടിരുന്നെങ്കിൽ കൊള്ളായിരുന്നു എന്നു ഞാൻ വിചാ രിച്ചു എങ്കിലും അദ്ദേഹത്തിനു എന്നോടു മുമ്പേതന്നേ മുഷിച്ചൽ ആയി രിക്കനിമിത്തം ഞാൻ ഒന്നും പറഞ്ഞില്ല. അണ്ണാവി വന്നതു പണിക്ക രോടു ഒരു കറവപ്പശുവിനെ കൈക്കലാക്കേണമെന്നു വിചാരിച്ചു ആയി രുന്നു. അക്കാര്യം ചോദിച്ചു നോക്കിയാറെ സാധിക്കയില്ലെന്നു കണ്ടു മനോസുഖക്കേടോടെ യാത്രചൊല്ലിപ്പിരിവാൻ തുടങ്ങിയപ്പോൾ പണി ക്കരു അയാളെ താമസിപ്പിച്ചു തെക്കുനിന്നുള്ള ഓരോ വിശേഷങ്ങൾ പറ ഞ്ഞു. ഒടുവിൽ രാജ്യത്തു പുതിയവഴികളും തോടുകളും വെട്ടിക്കുന്ന തിനും മറ്റും മുതലുണ്ടാവാൻ വേണ്ടി വഴിയൂട്ടുകൾ നിറുത്തണമെന്നു

ഒരാലോചന ഉള്ള പ്രകാരം കേൾക്കുന്നു. രാജ്യത്തിനു അധികം ഗുണം ഏതെന്നു അങ്ങേക്കു തോന്നുന്നു? വഴിയൂട്ടോ? വഴിവെട്ടോ? എന്നും അല്പം വിനോദഭാവത്തിൽ ചോദിച്ചു.

ശാമു: എന്ന പണിക്കരു ഇപ്പടി പരിഹാരമ്മായി കേക്കിറതു? ഇന്ത കാര്യങ്കളെല്ലാം അതർമ്മികളുടെ തുര്യോശനൈകൾ താൻ. വിപ്രതാപം വരുത്തുകിറതു ഇരാച്ച്യത്തിക്കു കരണം അല്ലെയി. ഇരാശാ പട്ടിണിയാൽ ശാകാറാകിലും വേതജ്ഞരായിരിക്കിറ പിരാമ്മരിടത്തിലെ കരം വാങ്ക കൂടാതെ അപ്പടിപ്പെട്ട പിരാമ്മണരെ പശിക്കശ്ശെയ്യാതിരിക്കവേണമെന്റും വേതവിതിയുണ്ടു. ആനാതിനാൽ ഇരാശാവാകിലും മത്താരാകിലും അന്ന താനം, വസ്തിരതാനം, പൂമിതാനം, പശുതാനം–കേട്ടീർകളാ–പശുതാനം മുതലിയ താനങ്കളെയി ശെയതു എപ്പോതും പിരാമ്മണരെ പിരാശതി പ്പിക്ക മാത്തിരം വേണ്ടിയതു. അതുതാൻ കണത്തുക്കു വഴി.

ഇതിന്റെശേഷം അണ്ണാവി ഒരു ശ്ലോകംചൊല്ലി. സംസ്കൃതപരിചയം കുറവാകയാൽ ശ്ലോകം ഞാൻ വിട്ടുപോയി. എങ്കിലും അതിന്റെ പരി ഭാഷ അദ്ദേഹം ചൊല്ലികേൾപ്പിച്ചതിനെ പറയാം. “ബ്രാഹ്മണൻ സകല ജാതിയുടെയും ഉന്നതനാഥനാകുന്നു. അവനു വിശ്വാസത്തോടും വണ ക്കത്തോടും ദാനങ്ങൾ ചെയ്യേണം; ബ്രാഹ്മണൻ തനിക്കു ദാനങ്ങൾ ചെയ്യുന്നവനെ ഭൂലോകം എന്ന സമുദ്രത്തിലെ തിരമാലകൾ കടത്തി രക്ഷിക്കുന്ന ഭൂമീശ്വരൻ ആകുന്നു.”

പണിക്കർ: സ്വാമിയുടെ ഈ ശ്ലോകം കേട്ടാറെ “നിന്റെ അത്താഴ ത്തരി നമുക്കുതരിക നിനക്കു വിശക്കാതിരിപ്പാൻ ഗുരുഭൂതൻ ഒരു മന്ത്രം ചൊല്ലിത്തരാം.” എന്നു പണ്ടൊരു കുശനായരോടു ലാടൻ പറഞ്ഞതു പോലെ തോന്നുന്നു. മറ്റുള്ളവരെ ഭൂലോകത്തിരമാലകൾ കടത്തി രക്ഷി പ്പാൻ കഴിയുന്ന ആളുകൾക്കു ഈ അഗതികളോടു ദാനങ്ങൾ വാങ്ങേണം എന്നുള്ള ആവശ്യം എന്തു?

ശാമു: ഉടലെയി ചുമക്കിറതു പാതങ്കൾ അല്ലവാ? അപ്പടിയെ പിരാ മ്മണരുക്കു ശൂത്തിരരു താസരായിരിക്ക വേണമെന്റു വിതി. പിരമ്മാവു തൻ മുകത്തിലേ നിൻറു പിരാമ്മരെയി ഉണ്ടാക്കിന പിൻപു അവരുക ളുക്കു താസരാകത്താൻ പാതങ്കളിലേ നിൻറു ശൂത്തിരരെയി ശൃഷ്ടി ത്താരു ആനതിനാലെ വേതജ്ഞനായിരിക്കിറ പിരാമ്മണനുക്കു പശു താനങ്കളും മത്തും ശെയികിറതു ശൂത്തിരനുക്കു പെരീയ പെരീയ സുകൃതവും മേൽമുക്തിയെ കിടെപ്പതുക്കു വഴിയുമെൻറു ശൊല്ലിയിരിക്കിറതു.

അപ്പോൾ പണിക്കരു കുഞ്ചുവിന്റെ മുഖത്തോട്ടു നോക്കുകയാൽ അയാൾ ശേഷം പറഞ്ഞതു, “സ്വാമീ, ബ്രഹ്മാവു നിങ്ങളെയും ഞങ്ങ ളെയും സൃഷ്ടിച്ചതു അങ്ങു പറഞ്ഞതുപോലെ തന്നേയെങ്കിൽ നമുക്കി രുപെർക്കും ഉത്ഭവം ഒരു ശരീരത്തിൽനിന്നു തന്നേല്ലോ. ഭാര്യാഭർത്താ ക്കന്മാർ എന്നുള്ള രണ്ടു ശരീരങ്ങളിലെ ബീജംകൂടി ഉണ്ടാകുന്നവർ ജ്യേഷ്ടാനുജന്മാരും തമ്മിൽ സമന്മാരും ആണെങ്കിൽ ഒരു ദേഹ ത്തിൽനിന്നു ഉളവായ നാംതമ്മിൽ എത്ര അധികസംബന്ധത്തിന്നും സമ ത്വത്തിന്നും ന്യായമായിരിക്കുന്നു?”

ശാമു അണ്ണാവി: ഉഗ്രതയോടെ നോക്കിക്കൊണ്ടു "അടേ, ഉന്നുടയ മുഖവും പാതങ്കളും തമ്മിൽ പേതം ഇല്ലവാ?"

കുഞ്ചു: നമുക്കു ഭേദം ഉണ്ടു എങ്കിലും ബ്രഹ്മാവിന്റെ മുഖവും പാദങ്ങളും തമ്മിൽ ആ ഭേദം വരുന്നതിനു അദ്ദേഹം ചേറ്റിലും ചെളിയിലും ഇറങ്ങി നടക്കുന്ന ആൾ അല്ലായിരിക്കുമല്ലോ?

ശാമു: (അല്പം മഞ്ഞളിച്ചുകൊണ്ടു) മണ്ണുക്കു കീൾ മണ്ണില്ലവെന്റും യുക്തിക്കുമേൽ യുക്തി ഇല്ലവെന്റും വരമാട്ടാതു. യുക്തികൾ റൊമ്പം നമുക്കും തെരിയുമപ്പാ. ആനാലും തിവ്യരാകിയ മുന്നോരുകൾ കണ്ടിത്തു ചൊല്ലിയിരിക്കിറ ശങ്കതികളിൽ തുര്യക്തികൾ പേശുവതിനാൽ എന്ന പിരയോശനം ഇരിക്കും? കേളും കുഞ്ചു,

തൈവാതീനം ജഗൽശർവ്വം
മന്തിരാതീനന്തു തൈവതം
തൻ മന്തിരം പിരാമ്മണാതീനം
പിരാമ്മണാ മമ തേവതഃ

അതുക്കു ശാരം എന്നവെന്റാൽ, ഉലകം എല്ലാം തേവനുക്കു കീൾ, തേവൻ മന്തിരത്തിക്കു കീൾ. അന്ത മന്തിരമാനതു പിരാമ്മണനുക്കു കീൾ, അതിനാലേ പിരാമ്മണൻ എനക്കു തെയ്‌വം; ഇപ്പടി ശൊല്ലിയിരിക്കെ നീയും നാമും ശമന്മാരെന്റു നീ ശൊല്ലിപ്പോട്ടതു മഹാപാപം താൻ. അതിനാലേ ഉന്നുടയ നാവുക്കു ശാപം വരുമേ കുഞ്ചു.

കുഞ്ചു: വെറും മനുഷ്യരായ നാം തമ്മിൽ സമന്മാരെന്നു പറഞ്ഞതുകൊണ്ടു എന്റെ നാവിനു ശാപംവരുമെങ്കിൽ ആദ്യന്തമില്ലാത്തവനായി സർവ്വലോക സൃഷ്ടികർത്താവു ആകുന്ന ഭഗവാൻ പുഴുവായുള്ളോരു മനുഷ്യന്നു കീഴിൽ എന്നു പറയുന്ന നാവിനു എത്ര കഠിനമായ ശാപം സിദ്ധിക്കെണം! മഹാദൈവം അങ്ങേക്കീഴിൽ എന്നോ? ഹായി, ഹായി, നാം ഇരിക്കുന്ന നിലം തന്നെയും പെട്ടെന്നു കീൾപോട്ടു താണുപോകുമെന്നുള്ള ഭീതി മനസ്സിൽ തട്ടുന്നു.

ശാമു: അടേ ഇതു നമ്മുടെ ശൊന്ത അപിപ്രായമാ ശൊല്ലിയതു? വേതവിതികൾ അല്ലവാ? ഇറുതിപ്രോക്തങ്കളാകിയ തിവ്യ കർപ്പിതങ്കൾ താൻ, ഇനി കേളും;

ഉടനെ അണ്ണാവി ബ്രാഹ്മണരുടെ ശ്രേഷ്ഠതയേയും മഹിമകളേയും ഘോഷിക്കുന്നവയായുള്ള വളരെ ശ്ലോകങ്ങൾ ചൊല്ലി. അവറ്റിൽ ചിലതിന്റെ പരിഭാഷകൾ ഓർക്കുന്നതിനെ താഴെ കുറിക്കുന്നു.

"ബ്രാഹ്മണനെ കണ്ടാൽ ഉടൻ സാഷ്ടാംഗമായിവീണു വന്ദിക്കാത്തവൻ പുനർജ്ജന്മത്തിൽ പന്നിയാകും." "ബ്രാഹ്മണൻ ചവുട്ടിയ വെള്ളത്തിൽ ഒരു തുള്ളിയെങ്കിലും തന്റെ ദേഹത്തിന്മേൽ വീഴുന്നവന്റെ സകല പാപങ്ങളും തൽക്ഷണം ഹരിച്ചുപോകും." "ബ്രാഹ്മണനെ പ്രദക്ഷണം വെച്ചു വന്ദിക്കുന്നവനെല്ലാം ഏഴുലോകങ്ങളെയും ചുറ്റി പ്രദക്ഷണം ചെയ്താൽ ഏതു പ്രകാരമോ അപ്രകാരമുള്ള പുണ്യം ലഭിക്കും."

"അശുദ്ധ വസ്തുക്കൾ തിന്നുന്ന പശു ശീലഗുണമുള്ള പന്നിയെ

ക്കാൾ ഉത്തമമായിരിക്കുംവണ്ണം ബലന്മാരായ ബ്രാഹ്മണരെയും ബഹു മാനിച്ചുകൊള്ളേണം. ശൂദ്രൻ അഷ്ടരാഗങ്ങളെ വെടിഞ്ഞവനായാലും ബഹുമാനത്തിനു യോഗ്യവാൻ അല്ല."

"ഒരു ബ്രാഹ്മണൻ സർവ്വകുറ്റങ്ങളെയും ചെയ്താലും രാജാവു അവനെ നാടുകടത്തുകയല്ലാതെ കൊല്ലിച്ചുകൂടാ. അവന്റെ ദേഹത്തിന്നും സമ്പാദ്യങ്ങൾക്കും യാതൊരു ഉപദ്രവം ചെയ്തുപോകയും അരുതു."

"ബ്രാഹ്മണരെ അസഭ്യം പറയുന്നവന്റെ നാവു നടുവേ പിളർക്ക ണം. അവരെ പേരെടുത്തു വിളിക്കുന്നവന്റെ വായിൽ പത്തു അംഗുലം നീളമുള്ള ഇരിമ്പുനാരായം ചുട്ടുപഴുപ്പിച്ചു നാട്ടേണം. അവരെ അഹങ്കാ രത്താൽ തുപ്പുന്നവന്റെ ചിറികൾ രണ്ടും രാജാവു ഛേദിപ്പിച്ചു കളയണം."

"ശൂദ്രൻ ധനവാനായാൽ അവനു ഡംഭം തോന്നീട്ടു ധിക്കാര ത്താലൊ ഉപേക്ഷകൊണ്ടൊ ബ്രാഹ്മണർക്കു മനോഖേദം വരുത്തുവാൻ ഇടയുള്ളതുകൊണ്ടു ശൂദ്രൻ ധനം ഉണ്ടാക്കുവാൻ പ്രാപ്തൻ ആയാലും അധിക ദ്രവ്യം സമ്പാദിച്ചു വെക്കരുതു."

ഈ ശ്ലോകങ്ങളും പരിഭാഷകളും കേട്ടു പണിക്കരു ഊറിയൂറിയുള്ള മന്ദഹാസത്തോടിരുന്നു. എന്നാൽ ശൂദ്രൻ മുതൽ ഏറെ കൂട്ടിവെച്ചുകൂടാ എന്നുള്ള പ്രമാണം കേട്ടയുടനെ അയാൾ പൊട്ടിച്ചിരിച്ചുകൊണ്ടു, "അപ്പോൾ പരിഗ്രഹത്തിന്റെ വക എല്ലാം അങ്ങു കൈക്കലാക്കിയതു ഒരു വേദവിധി കൂടാതെ അല്ലല്ലൊ. (പിന്നെ ഞങ്ങളോടു) ദ്രവ്യമോഹ ത്താൽ അയ്കരെ നങ്ങേലിയുമായി ബാന്ധവംകൂടി അവളുടെ നെല്ലും പണവും ശാമുഅണ്ണാവി അപഹരിച്ചുകൊണ്ടു എന്നു ലോകർ സംസാ രിക്കാറുണ്ടു. എന്നാൽ അതു കാര്യവഴി അറിയാതെകണ്ടുള്ള വെറും വാദമത്രെ. ഋഷികൾ കല്പിച്ചിട്ടുള്ളതുപോലെ അല്ലാതെ അദ്ദേഹം ഒന്നും പ്രവർത്തിച്ചിട്ടില്ല" എന്നു പറഞ്ഞു. ഇവിടെ ഇരുപുറത്തുനിന്നും മൂർച്ച യായ ചില കോറുവാക്കുകൾ അന്യോന്യം പെരുമാറി. ഇനിവേഗത്തിൽ പട്ടരെ ഒഴിച്ചുവിടെണം എന്നുള്ള താല്പര്യത്താൽ കുഞ്ചുപിള്ള പണി ക്കരോടു "എന്റെ പണിക്കരേ, സ്വാമിയെ ഇരുത്തി താമസിപ്പിക്കരുതു, അദ്ദേഹത്തിന്റെ ഋഷിപ്രോക്തങ്ങൾ കേൾക്കുമ്പോൾ തിരിവില്ലാത്തവ രായ നമുക്കു വല്ലതും മറിച്ചു തോന്നിപ്പോകും. അവിടേന്നു വന്ന കാര്യ ത്തിനു ഒരു നിവൃത്തി പറഞ്ഞു സന്തോഷിപ്പിച്ചു, അയപ്പാൻ നോക്കെ ണം" എന്നു പറഞ്ഞു.

ശാമു: അപ്പടി ശൊല്ലും കുഞ്ചൂ, അപ്പടി ശൊല്ലും. നാം ഇന്ത പണി ക്കരിടത്തിലെയി പെരിയ കാര്യമൊൻറും കേൾക്കിറതില്ലെയി ഒരു പാൽപശു മാത്തിരം വേണ്ടിക്കൊള്ളുകിറേൻ. താനം വേണ്ടാമേ. വില ശരിവരെ കൊടുക്കലാം. വില പത്തിക്കൊണ്ടു തന്താൽ പോതുമെൻറൂ ശൊന്നാൽ ശെയ്യവേണ്ടാമോ?

ഇതിങ്കൽ ഞാൻ അണ്ണാവിയോടു "അങ്ങു വായിച്ച വേദശാസ്ത്ര ങ്ങളിൽ എങ്ങും പരദ്രവ്യമോഹം അരുതെന്നു ഒരു പ്രമാണം ഇതുവരെ കണ്ടില്ലയോ? "പരസ്ത്രീയെ മാതാവെന്നും പരദ്രവ്യം മാടോടു എന്നും

വിചാരിക്കെണം“ എന്നിങ്ങിനെ ചില തത്ത്വജ്ഞാനങ്ങൾ നിങ്ങൾക്കും ഉണ്ടെന്നു കേട്ടിരിക്കുന്നുവല്ലൊ” എന്നു ഞാൻ ഇതു പറഞ്ഞപ്പോഴേക്കു കുറിഞ്ഞിക്കു തീ കൊളുത്തിയതുപോലെ പട്ടരു ചാടിഎഴുന്നേറ്റു, കോപത്താൽ തുള്ളിക്കൊണ്ടു “അടേ ബൗത്തപ്പെലേ, നീയാ നമുക്കു പുത്തി ശൊല്ലുകിറതു? നാലുവേതം ആറു ശാത്തിരം പതിനെട്ടു പുരാണം മുതലിയ ശറുവ കിരാകിയങ്കളെയും നാവിൻമേൽ പാഠമാക്കിയിരിക്കിറ മകാപിരാമ്മണനുക്കു ഒരു ചണ്ഡാലപ്പെയ്യൻ പുത്തിയുപതേശിക്കത്തുടങ്കിനാ? നിന്റെ അകമ്മതിക്കു വൈത്തിരിക്കിറേൻ, പാത്തുക്കോ തേവിടിയാ മകൻ” എന്നു ചൊല്ലിയുംവെച്ചു ബഹുഗർവ്വത്തോടെ പാഞ്ഞിറങ്ങിപോകയും ചെയ്തു.

അണ്ണാവി പോയ ഉടനെ പണിക്കർ ഞങ്ങളോടു “കണ്ടോ ഈ വിക്രമികൾക്കു ഈശ്വരന്മാർ എന്നുള്ള ഉന്മദം കയറിപ്പോയതു എത്ര വൈഷമ്യമുള്ള കാര്യം! ആനക്കാരനെ പുറത്തുനിന്നു ഉരുട്ടിയിട്ടും കളഞ്ഞു തിരിഞ്ഞ വഴിയെ മതിച്ചുപായുന്ന കൊമ്പനാനയെപോലെ തന്നിൽ മീതെ ആരും ഇല്ലെന്നും തനിക്കു താൻതന്നെ നാഥൻ എന്നുള്ള അഹങ്കാരം മനുഷ്യന്റെ ഉള്ളിൽ കടന്നാൽ അവനു പിന്നെ എന്തായാലെന്തു എന്നു ആയിപ്പോകയില്ലയോ? ജാതിഭേദം ഇത്ര വല്ലാത്ത വിഷക്കനി കായിക്കുന്ന മരം എന്നു ആർ ഗ്രഹിച്ചിരുന്നു? എന്നാൽ ഇതൊക്കെപ്പറഞ്ഞല്ലൊ നമ്മുടെ കൂർത്തമശ്ശേരി മൂത്തനമ്പൂരി, തെക്കുമ്മനെക്കൽ വല്ല്യണി മൂസ്സതു, വാസുദേവൻപോറ്റി എന്നിങ്ങിനെ ചില ഗുണവാന്മാരുടെ എളിമശീലവും മനുഷ്യപ്പറ്റും ഔദാര്യവും ഓർക്കുമ്പോൾ ബ്രാഹ്മണകുലത്തെ അത്രയൊന്നും പഴിച്ചു പറവാൻ ന്യായമില്ലെന്നു തോന്നിക്കൊള്ളും.

കുഞ്ചു: ഹേ, ഹേ, അങ്ങിനെയല്ല, നാം ഇപ്പോൾ ഒരു മര്യാദയെ കുറിച്ചു വ്യവഹരിക്കുന്നതല്ലാതെ ആളുകളെ വിധിക്കയല്ലല്ലൊ. ഏതൊരു നിയമം എങ്കിലും നല്ലതൊ തീയ്യതൊ എന്നു നിശ്ചയിക്കേണ്ടതു അതിനെ സ്വീകരിച്ചിരിക്കുന്നവരിൽ കാണുന്ന അപൂർവ്വലക്ഷണങ്ങളാൽ അല്ല, അതിന്റെ സാധാരണ ഫലങ്ങളാൽ അത്രെ. ദുഷ്ടനോടു സംസർഗ്ഗം ചെയ്യുന്നവരിൽ അനേകം പേർ ദുർബോധികളായി തീരുമ്പോൾ ഒരുത്തൻ, രണ്ടുപേർ ഉത്തമശീലരായിട്ടും കാണുമായിരിക്കും. എങ്കിലും ദുർജ്ജനസംസർഗ്ഗം നന്നല്ല എന്നല്ലയൊ ഏവരും സമ്മതിക്കുന്നതു? കൂർത്തമശ്ശേരി നമ്പൂരിപ്പാടു മുതൽപേരെ പോലെ ചിലർ വിനയശീലവും മാനുഷപ്രീതിയും ഔദാര്യതയും ഉള്ളവരായിട്ടു അവിടവിടെ കടുകു പൊട്ടിച്ചതുപോലെ കാണ്മാനുണ്ടെങ്കിലും ജാതിഭേദത്തിന്റെ സ്വഭാവ വിരുതു ഈ ജാതിക്കാരിൽ നേരെ മറിച്ചുള്ള ലക്ഷണങ്ങൾ പുറപ്പെടുവിപ്പാനാണെന്നു കണ്ടുവരുന്നു. ശാമുഅണ്ണാവിയുടെ പ്രകൃതിയിൽ വിനയത്തിനു പകരം ഡംഭവും, മനുഷ്യപ്രീതിക്കു പകരം അന്യജാതിക്കാരോടു ക്രൂരതയും ഔദാര്യതെക്കു പകരം അത്യാഗ്രഹവും അല്ലെ നെടുകെ പ്രത്യക്ഷമായിരുന്നതു?

പണിക്കർ: അതേയതേ, അയാൾ തന്റെ ജാതിക്രമംവിട്ടു സംസാരിച്ചു എന്നു പറവാനുമില്ല. എന്നാൽ ജാതിഭേദം മുഖാന്തരം ബ്രാഹ്മണരിൽ മുഴുത്തിരിക്കുന്ന അഹങ്കാരാദികൾകൂടാതെ പിന്നെ എന്തുദോഷമുള്ളു എന്നു കേൾക്കട്ടെ?

കുഞ്ചു: സമനിരപ്പായുള്ള നിലത്തിൽ ഒരു ഭാഗം പൊങ്ങേണം എങ്കിൽ വേറൊരു ഭാഗം താഴേണ്ടതു ആവശ്യമായിരിക്കുന്ന പ്രകാരം ചിലരെ ക്രമംവിട്ടു ഉയർത്തിയിരിക്കുന്ന ഈ ചട്ടം മറ്റുള്ളവരെ അത്രെക്കു താഴ്ത്തി ഹീനതപ്പെടുത്തിയുമിരിക്കുന്നു. ശൂദ്രൻതൊട്ടു കീൾപോട്ടുള്ള ജാതികൾ സമൂഹസ്ഥിതിയിൽ മാത്രമല്ല ചൈതന്യാദികളിലും എത്ര മേൽ താണുപോയി എന്നു പണിക്കരു വിചാരിക്കെണം. അതിനു ഒരു ചെറിയ ദൃഷ്ടാന്തം പറയാം: അന്തർജ്ജനങ്ങൾക്കു വൃഷലിയും മനക്കുടയും കൂടാതെ വെളിയിൽ ഇറങ്ങിക്കൂടാ എന്നു വെച്ചിരിക്കുന്നു. കൊള്ളാം അവർ അങ്ങനെ ആയിക്കൊള്ളട്ടെ, ആർക്കു വിരോധം? എന്നാൽ ശൂദ്രസ്ത്രീ ബ്രാഹ്മണനെ കണ്ടാലുടൻ മാറത്തു ശീല ഉണ്ടെങ്കിൽ നീക്കെണമെന്നു നിശ്ചയിപ്പാൻ എന്തു? അതിനു ഈ കശക്കൂട്ടം സമ്മതിക്കുന്നതും എന്തുകൊണ്ടു? നമ്മുടെ പെണ്ണങ്ങൾക്കു പാതിവ്രത്യം അത്ര കൊള്ളരുതാത്ത കാര്യമെന്നു വന്നതു എങ്ങനെ? ഭാഗ്യംകെട്ടവരായ ശൂദ്രസ്ത്രീകൾക്കു ഒരു ദിവസംപോലും ബ്രാഹ്മണരുടെ നഗ്നരൂപം കാണാതെ പെരുവഴിയെ പോകുന്നതിനെങ്കിലും ആറ്റുകടവുകളിൽ കുളിക്കുന്നതിനെങ്കിലും കഴിവില്ലാതെയും അതുനിമിത്തം പാതിവ്രത്യം എന്ന മഹാസുകൃതം പാലിപ്പാൻ അവർക്കു അസാദ്ധ്യമായിട്ടും തീർന്നിരിക്കുന്നുവല്ലൊ. തങ്ങളുടെ ജാതിക്കാർ അകപ്പെട്ടു കിടക്കുന്ന ഈ അമാന്താവസ്ഥയെക്കുറിച്ചു നായന്മാരെന്നു പറയുന്ന നായുടെ മക്ക–വേണ്ടാ ഞാൻ അടങ്ങുന്നു, ഇവരിൽ ഒരുവനുപോലും ദണ്ഡം തോന്നിക്കാണാത്തതിനാൽ ശൂദ്രന്റെ ഉചിതവും, മാനവും ദേഹവും ദേഹിയും എല്ലാം പൂണൂൽക്കാർക്കു എഴുതി വിറ്റുപോയ പ്രകാരം ഇരിക്കുന്നു.

പണിക്കർ: ഇല്ല. ഒരുനാളുമില്ല. പണ്ടു എരണി മുതലായ പ്രദേശങ്ങളിൽ ചാന്നാത്തികൾ മാറിൽ ശീല ഇട്ടു തുടങ്ങിയതിനെ പറ്റി വലിയ കലഹം ഉണ്ടായാറെ അതിന്റെ തീർച്ച എങ്ങിനെ ആയി എന്നു നീ കേട്ടിട്ടില്ലേ? അതുപോലെതന്നേ എവിടെയും ക്രമമല്ലാത്ത ചട്ടങ്ങൾ നീക്കുവാൻ മനസ്സുള്ളവർക്കു ഇക്കാലത്തു ഈശ്വരാധീനംകൊണ്ടു ഒരു പ്രയാസവും ഇല്ല. പിന്നെ ഈവക വിഷയങ്ങളിൽ നമ്മുടെ ജാതിക്കാർ ആരും ഉദ്യോഗിച്ചു കാണാത്തതു മനുഷ്യർ കാര്യങ്ങളുടെ ഗുണദോഷങ്ങൾ നിദാനിക്കാതെ മാട്ടുസ്വഭാവമായി നടക്കകൊണ്ടത്രെ. ഞങ്ങളുടെ അവസ്ഥ പറഞ്ഞാൽ–കേട്ടോ, മുതൽപിടിക്കാരനോടു–കന്നുകാലികളുടെ സ്വഭാവമാണു, "ആഹാരം, നീഹാരം, മൈഥുനം, നിദ്ര" ഈ നാലു കൂട്ടത്തിനുള്ള താല്പര്യം അല്ലാതെ മറ്റൊരു ചിന്ത കന്നുകാലികൾക്കു ഇല്ല. ഞങ്ങൾക്കുമില്ല.

കുഞ്ചു: ഇനി ജാതിഭേദത്താലുള്ള വേറൊരു ദോഷം പറയാം;

ആയതു അത്ര സാരമുള്ളതെന്നു എല്ലാവർക്കും തോന്നുകയില്ലായിരിക്കും, എങ്കിലും മനുഷ്യർക്കും സാക്ഷാൽ വളരെ കേടുചെയ്തിട്ടുള്ളോരു കാര്യമാണു. കൃഷിക്കാർ ഇന്നനിലത്തു ഇന്നവിത്തു പിടിക്കും എന്നു പരിജ്ഞാനത്താൽ നിലങ്ങളുടെയും വിത്തിന്റെയും പ്രകൃതിഗുണം അറിഞ്ഞു വിതെപ്പാൻ സമ്മതിക്കാതെ ഇന്ന നിലത്തു ഇന്നവക ധാന്യമേ വിതെക്കാവു എന്നു രാജ്യാധികാരി സിദ്ധാന്തമായി നിശ്ചയിച്ചു അതിൻവണ്ണം കൃഷികൾ നടത്തിയാൽ ഇടുന്ന വിത്തിൽ ചിലതു ഉണ്ടായി എന്നും ചിലതു പിഴച്ചെന്നും വന്നിട്ടു പല കൃഷിക്കാർ നിർധനന്മാരാകയില്ലയോ? അപ്രകാരം തന്നെ ഓരോരുത്തന്റെ സ്വഭാവവാസനെക്കു ഇണങ്ങുന്ന തൊഴിൽ ഇന്നതെന്നു ബാല്യത്തിങ്കൽ കണ്ടറിഞ്ഞു ആയതിൽ അവനവനെ ശീലിപ്പിപ്പാൻ അമ്മയച്ഛന്മാർക്കു കഴിവില്ലാത്ത പ്രകാരം ഇന്ന ജാതിക്കു ഇന്ന തൊഴിൽ എന്നു ചട്ടപ്പെടുത്തിയിരിക്കുന്നുവല്ലൊ, ഒരു ക്ഷൗരക്കാരൻ കത്തി പ്രയോഗത്തിനു കൈവാസന ഇല്ലാത്തവൻ ആയാലും അവൻ കത്തിയും കൂടുംകൊണ്ടു നടന്നു കണ്ടവരുടെ താടിയും തലയും മുറിക്കുന്നതു ജാതിധർമ്മം എന്നപോലെ ഭവിച്ചിരിക്കുന്നു. ഒരു വെള്ളുത്തേടച്ചെറുക്കൻ അക്ഷരാഭ്യാസത്തിൽ വിരുതനെന്നു വരികിലും പ്രായം വരുമ്പോൾ ഗ്രന്ഥം കെട്ടി വെച്ചേച്ചു തന്റെ അച്ചന്റെ തൊഴിൽ എടുത്തില്ലെങ്കിൽ “മാളോർ” സമ്മതിക്കയില്ല. തത്തമങ്ങലത്തുകാരൻ കൊല്ലനിട്ട്യാതിക്കു ഓലപ്പിശ്ശാത്തിയും ഉലക്കപ്പൂണും അല്ലാതെ ഇരിമ്പുകൊണ്ടു വേറൊരു പണിയും വശമില്ലാഞ്ഞുവെല്ലൊ. എന്നാൽ മീൻപിടിക്കാനും കയ്യാലകുത്തു മുതലായ ചില വേലകൾക്കും അവൻ വളരെ സമർത്ഥനും അതുകൊണ്ടു കുശാലായി കഴിപ്പാൻ പാടുള്ളവനും ആയിരുന്നിട്ടും ജാതിത്തൊഴിൽ എടുത്തു കഴിക്കുന്നതിലേ മാനമുള്ളു എന്നും പറഞ്ഞു അവൻ പച്ചിരുമ്പും തല്ലിച്ചതെച്ചു പട്ടിണിക്കാരനായി നടന്നില്ലേ? ശൂദ്രജാതിയിലും എത്രയാളുകൾ ജാതിക്കുറവു ശങ്കിച്ചു ചില വേലകൾക്കു പോകുവാൻ മനസ്സില്ലാതെ വലയുന്നുണ്ടു. ഇങ്ങനെ വളർച്ചെക്കും കാഫലത്തിന്നും തടങ്ങലായിട്ടു ചില മരത്തിന്മേൽ ചുറ്റിപ്പിണെഞ്ഞിരിക്കുന്ന വള്ളിയെന്നപോലെ ജാതിഭേദം ദേഹകാര്യങ്ങളിലും മനുഷ്യർക്കു സ്വാതന്ത്ര്യം സമ്മതിക്കാത്തൊരു ലാടചങ്ങലയാണു.

പണിക്കർ: ഇനിവല്ലതും പറയാനുണ്ടോ?

കുഞ്ചു: ഉണ്ടു, വളരെയുണ്ടു. എങ്കിലും നേരം പൊയ്പോയതിനാൽ ഒന്നുരണ്ടു സംഗതികൾകൂടെ പറഞ്ഞു നിർത്തുന്നു. ജാതിഭേദം അധികരിക്കുന്ന ഇടങ്ങളിൽ പക്ഷഭേദംകൂടാതെ കുടി രക്ഷചെയ്വാൻ അതാതു സർക്കാരിന്നു വിഷമമായിതീരുന്നു. ഈ സമസ്ഥാനത്തു തന്നെയും അന്നദാനം, അനുഭോഗം, അധികാരം എന്നവ ഒക്കെയും ലഭിക്കുന്നതു ആർക്കു? ഇവിടെ ഏകദേശം പതിമ്മൂന്നു ലക്ഷം ജനങ്ങളുള്ളതിൽ പാതിയിലധികവും മേൽപറഞ്ഞനന്മകളിൽനിന്നു ഒട്ടു അശേഷവും ഒഴിയപ്പെട്ടുള്ള ജാതിക്കാരാണു.

പണിക്കർ: അതെന്തു? ഉദ്യോഗങ്ങളും മറ്റും നിരപ്പേ എല്ലാ ജാതിക്കാർക്കും കൊടുക്കായ്കകൊണ്ടോ നീ പറയുന്നതു? അതു ശരിയല്ല കുഞ്ചു, ത്രാണിയും യോഗ്യതയും നോക്കിയാണു സർക്കാർ ജീവനങ്ങൾ കൊടുക്കേണ്ടതു.

കുഞ്ചു: ആകട്ടെ. എന്നാലെന്തു? ഒന്നുരണ്ടു ജാതിക്കാർക്കു മാത്രമേ ത്രാണിയും യോഗ്യതയും വന്നു കൂടു എന്നുണ്ടോ? മണ്ട്റോസായ്പിന്റെ കാലത്തു സുറിയാനി മാപ്പിളമാരിൽ എത്രപേർ ജഡ്ജി, തഹശീൽ മുതലായ ഉദ്യോഗങ്ങൾ മഹാത്രാണിയോടെ നടത്തിയിരിക്കുന്നു; വടക്കേ രാജ്യങ്ങളിൽ ബഹുപ്രാപ്തന്മാരായിട്ടു എത്ര ഈഴവരെ ഇന്നു കാണ്മാനുണ്ടു. കോഴിക്കോട്ടു ശീമയിൽ കണാരൻശിരസ്തദാർ, കണ്ണൻകലെക്ടർ എന്നുംമറ്റും കേൾവിപ്പെട്ടവർ തീയന്മാരല്ലേ? ഇവിടെയും സർക്കാരിൽനിന്നു ഉത്സാഹങ്ങൾക്കു വഴിവെച്ചു കൊടുത്താൽ അതുപോലുള്ള പ്രാപ്തന്മാർ ഏതുജാതിയിലും ഉണ്ടായിവരും. എന്നാൽ ഊർദ്ധ്വഗതിക്കു വഴി അടെച്ചിരുന്നാൽ മനോശക്തികൾ വികസിക്കയില്ലല്ലോ.

പണിക്കർ: ഉള്ളതു. ഉള്ളതു. ശേഷം കേൾക്കട്ടെ.

കുഞ്ചു: ഈ ചട്ടംനിമിത്തം സംഭവിച്ചിട്ടുള്ള വേറൊരു മഹാ ദോഷം വിചാരിക്കുമ്പോൾ ഞാൻ ഇതുവരെ പറഞ്ഞതൊക്കെയും ഏതുമല്ലാത്തപ്രകാരം ഇരിക്കുന്നു. സകലമനുഷ്യർക്കും അന്യോന്യം വേണ്ടുന്ന സ്നേഹം എന്ന മഹാസുകൃതം എവിടെ എന്റെ പണിക്കരേ! അമ്പോ സ്നേഹം! ഭഗവാന്റെ കണ്ണിനു അത്യന്തം ഓമനയായുള്ള സ്നേഹം! ഉത്തമസൃഷ്ടികളെ പരമാനന്ദപ്പെടുത്തുന്ന സ്നേഹം! ഈ ദുഷ്ടഭൂമിയെ സ്വർഗ്ഗലോകത്തിന്നു തുല്യമാക്കുന്ന സ്നേഹം! ഇതു എവിടെപോയി മറഞ്ഞു! നാടെല്ലാം തണുക്കുമാറും നാനാഗുണങ്ങൾ തഴെക്കുമാറും നാലു ദിക്കിലും നിരന്നൊഴുകേണ്ടതായ ഈ ആകാശഗംഗയെ ജാതിഭേദം എന്ന നരകാസുരൻ വന്നു ചിറയിട്ടു തടുത്തുകളഞ്ഞില്ലെയൊ? അതിനാൽ സ്നേഹം എന്ന കനകജലം അവിടവിടെ കെട്ടിനിന്നിട്ടു കൊഴുത്തു കുറുകി വറ്റിവറ്റിപ്പോകുന്നുവല്ലോ. മനുഷ്യകുലം എന്ന ഏകശരീരത്തെ ഈ പാതാളകോടാലി വന്നു തുണ്ടംതുണ്ടമായി വെട്ടിമുറിച്ചു, അതാ! തലവേറെ, ഉടൽവേറെ, കൈവേറെ, കാൽവേറെ ആക്കിയിട്ടിരിക്കുന്നു. ഈ ഛിന്നഭിന്നമായിപോയ ശരീരം ഇനി ഏതൊരു കാലത്തു ഒരുമ്പെട്ടു കാണ്മാൻ സംഗതി വരുമെന്റീശ്വരാ.

കുഞ്ചു പിന്നെയും പറഞ്ഞതു, ഒരു രാജ്യത്തു പല ജാതികളായി പാർക്കുന്ന കുടികൾ അന്യോന്യം ഉള്ളടുപ്പം ഇല്ലായ്കയാൽ മണൽ പോലെ ഒന്നോടൊന്നു വേർപെട്ടല്ലൊ ഇരിക്കുന്നു. യോജ്യത ഇല്ലാത്തെടത്തു ബലം ഉണ്ടാകുമൊ? മണലുകൊണ്ടു ഒരു കോട്ടകോരിയാൽ ആ കോട്ടെക്കു എത്ര ഉറെപ്പുകാണും! എന്നപോലെ തന്നെ ജാതിഭേദം പ്രബലപ്പെടുന്ന രാജ്യങ്ങൾക്കു കുടികളുടെ യോജ്യതക്കുറവു നിമിത്തം ഉറപ്പായി നില്പാൻ പാടുള്ളതല്ല. കൊച്ചീക്കോട്ടയുടെ നേരെ ലന്തകളുടെ പട ഉണ്ടായപ്പോൾ അവർ നായന്മാരെ കൊന്നൊതുക്കുന്ന സമയത്തു

മറ്റു ജാതിക്കാർ യാതൊരു കൂസൽ ഇല്ലാതെ കയ്യും കെട്ടി നോക്കിനിന്നു എന്നും, അതിങ്കൽ ലന്തകൾക്കു ആശ്ചര്യം തോന്നിയ പ്രകാരവും വർത്ത മാനം ഉണ്ടു. അത്രയുമല്ല, ഈ സ്നേഹക്കുറവു ക്രമേണ വർദ്ധിച്ചിട്ടു അതു ഇപ്പോൾ വൈരമായിട്ടും മേൽജാതികൾ കീഴ്ജാതികളോടു മഹാകഠിനക്കാരായിട്ടുമല്ലെ തീർന്നിരിക്കുന്നതു? ഒരു ഈഴവനൊ പുല യനൊ തലയിൽ വലിയചുമടുമായി വശംകെട്ടു വഴിയെവരുമ്പോൾ, ഒരു ബ്രാഹ്മണൻ കണ്ടാൽ, അല്ലെങ്കിൽ നമ്മിൽ ഒരുവൻ എതിരേ ചെന്നാൽ ആ ചുമട്ടുകാരന്റെ പരവശതയിങ്കൽ കനിവു തോന്നാതെ അവനെ വഴി യിൽനിന്നു ഓടിക്കുന്നില്ലയോ? ഒഴിവാൻ വഴി ഇല്ലെങ്കിൽ വഴി കാണും വരെ അവൻ പിറകോട്ടു ഓടെണം; അല്ലായ്കിൽ കാട്ടിലൊ മുള്ളിലൊ കയറി എങ്ങിനെയെങ്കിലും നീങ്ങിക്കൊള്ളണം. നമ്മെപോലെ നോവും തളർച്ചയുമുള്ളൊരു മനുഷ്യനെ ഇങ്ങിനെ കഷ്ടപ്പെടുത്തുന്നതിനൊ അവൻ മനസ്സറിയാതെ അല്പം അടുത്തുപോയി എന്നു വരികിൽ അവനെ ദേഹദണ്ഡങ്ങൾ ചെയ്യുന്നതിനൊ നമുക്കു യാതൊരു മടിയും ഇല്ലല്ലൊ. അമ്പോ ഒരിക്കൽ ഒരു കാര്യം ഉണ്ടായതു ഓർക്കുമ്പോൾ– ഇതു പറഞ്ഞയുടൻ കുഞ്ചുപിള്ള പെട്ടെന്നു ഞെടുങ്ങി അല്പനേര ത്തേക്കു ഒന്നും ഉരിയാടാതെ കുനിഞ്ഞിരുന്നു.

അപ്പോൾ ആ കാര്യം എന്തെന്നു അറിവാൻ പണിക്കരു മുറുകി ച്ചോദിച്ചു.

കുഞ്ചു: ഞാനും തെലഞ്ഞേലി കൃഷ്ണശ്ശാരും അമ്പാട്ടു ഗോവിന്ദ പിള്ളയും അടിയോട്ടിൽ പപ്പു മുതലായിട്ടു വേറെ എട്ടു പത്തു ബാല്യ ക്കാരുമായി കൊച്ചു ഭട്ടേരിയോടുകൂടെ ഒരിക്കൽ തിരുവനന്തപുരത്തു പോകുമ്പോൾ കാരുവെള്ളി മില്ലക്കാരന്റെ പടികഴിഞ്ഞു രണ്ടുമൂന്നു നാഴിക തെക്കു ഒരു മുക്കവലയും ചുമടുതാങ്ങിയും ഉള്ളെടത്തു വന്നി റങ്ങി. കന്നിതുലാമാസം കാലമായിരുന്നു. അപ്പോൾ കിഴക്കുനിന്നു മല ങ്കൊയിത്തും കഴിഞ്ഞു പുട്ടലിലും പൊല്ലങ്ങളിലും നെല്ലുകെട്ടി എടു ത്തുംകൊണ്ടു കുറെ പുലയർ ചുമെടുതാങ്ങിയിങ്കൽ ഇളെപ്പാനായിട്ടു അമളിച്ചു ഓടിവരുന്നുണ്ടു. കിടാങ്ങൾ അടക്കം അവർ മുപ്പതുനാല്പതു എണ്ണം ഉണ്ടായിരുന്നു. വഴിക്കു ഇരുപുറവും ഉയർന്ന കാടാകകൊണ്ടു അവരും ഞങ്ങളും തമ്മിൽ കാണ്മാൻ ഇടവരാതെ അവർ വന്നു നന്നാ അടുത്തുപോയി. ഞങ്ങളെ കണ്ട ഉടനെ കടുവായെ കണ്ട പശു ക്കളെപോലെ എല്ലാം കൂടെ വിരണ്ടു നിലവിളിച്ചുകൊണ്ടു തിരിച്ചു ഓടി. ഉടനേ “പിടിച്ചോളിൻ” എന്നു ഭട്ടേരി കല്പിച്ചു. പപ്പു മുതൽപേരും പിറകെ എത്തി, ആ പുലയരിൽ എട്ടൊൻപതു മാസം ഗർഭമുള്ള ഒരു പുലയി ഉണ്ടായിരുന്നു, അവളും ചില കിടാങ്ങളും പിറകായിപ്പോയി. അടിയോട്ടിൽ പപ്പു ഓടിച്ചെന്ന ചെലവിൽ ഒരു പുലക്കിടാവിനെ തൂക്കി യെടുത്തു ആ പുലയിയുടെ പുറത്തു അടിച്ചു. അതിനോടെ അവൾ വയറു തല്ലി കവിണുവീണു ഉടനെ പ്രസവവും കഴിഞ്ഞു. ശേഷം പുല യരിൽ—

പണിക്കർ: “മതി, മതി, എന്റെ കുഞ്ചൂ, മതി. ഇനി ഇനിക്കു കേൾക്കെണ്ടാ, നാരാ–യണ! കഷ്ടം! കഷ്ടം! കഷ്ടം!” ഇതു പറഞ്ഞിട്ടു രാമപ്പണിക്കർ തലെക്കു കൊടുക്കെയും കൊടുത്തു ദൃഷ്ടി കുമ്പിട്ടിരുന്നു.

ശേഷം പുലയരെ എന്തു ചെയ്തു? എന്നു ഞാൻ ചോദിച്ചു.

കുഞ്ചു: കയ്യിൽ കിട്ടിയതിനെ ഒക്കെ അവർ നുറുങ്ങെ തല്ലി, നാലഞ്ചു കിടാങ്ങളെ എടുത്തു കാട്ടിലേക്കു എറിഞ്ഞു, ചുമടു ഇട്ടുംകളെഞ്ഞു. ഓടിപ്പോയവരെമാത്രം പിടികിട്ടിയില്ല. അവരുടെ നെല്ലെല്ലാം പപ്പുവും കൂട്ടരും തട്ടിത്തൊഴിച്ചു കാട്ടിൽ ചിന്നിക്കളഞ്ഞു.

“താൻ കൂടെ ഉണ്ടായിരുന്നിട്ടു ആ അക്രമക്കാരെ വിലക്കാഞ്ഞതു എന്തു?”എന്നു ഞാൻ അയാളോടു ചോദിച്ചു.

കുഞ്ചു: വിലക്കാഞ്ഞതോ? അന്നു ഞാനും അവരുടെ മാതിരിക്കാരൻ ആയിരുന്നുവല്ലൊ. പിന്നെ ഞാൻ വിലക്കുന്നതു എങ്ങിനെ? ജാതിഭേദം ഇതു പാതാളജാതമായ നിയമം എന്നു ഇനിക്കു അറിവു ഇല്ലാഞ്ഞതിനാൽ പുലയർ, പറയർ, മുക്കോൻ, പൂള്ളോൻ ഈ വക ജാതിക്കാരൊക്കെ ഏതോ ഒരുവക കാട്ടുജന്തുക്കൾ എന്നല്ലാതെ നമ്മോടു രക്തസംബന്ധമുള്ള ജനങ്ങൾ എന്നു ഞാൻ വിചാരിച്ചിരുന്നില്ല. നായാട്ടുകാർ പന്നിയെയൊ മ്ലാവിനെയൊ ഇളക്കി ഓടിക്കുമ്പോൾ തരംവരുന്ന ഇടത്തു വെച്ചു ആ മൃഗങ്ങളെ കൂട്ടം കൂടി അടിക്കുന്നതിനും വെട്ടും മുറിവും ഏല്പിക്കുന്നതിനും അവർക്കു എത്ര ആഹ്ലാദം ഉണ്ടു! അപ്രകാരം തന്നെ ഞങ്ങളുടെ കൂട്ടുകാർ ഈ അതിക്രമങ്ങൾ ചെയ്കയും അവർ എടുത്തെറിയുന്ന പുലക്കുഞ്ഞുങ്ങൾ തവളകളെപ്പോലെ വട്ടം കറങ്ങി എഴിമ്പുല്ലുകൾക്കു ഇടയിൽ ചെന്നുവീഴുകയും ചെയ്യുമ്പോൾ അയ്യോ! കർക്കശന്മാരായ ഞങ്ങൾ ഒട്ടുപേർ ഭട്ടേരിയോടു കൂടെ കൈകൊട്ടി ചിരിച്ചുംകൊണ്ടു ദൂരെനിന്നു. ഒടുവിൽ ആ ഗർഭിണിയായിരുന്നവൾ പ്രസവത്തോടെ ബോധംകെട്ടു തടിപ്രമാണമായി കിടക്കുന്നതും ശേഷം സാധുക്കളൊക്കെ അവിടവിടെ തല്ലുംകൊണ്ടു കിടന്നു നെടുംകൂകലായി നിലവിളിക്കുന്നതും കണ്ടപ്പോൾ ഭയംകൊണ്ടൊ മനസ്സലിഞ്ഞിട്ടൊ “മതി പോരുവിൻ; ജന്തുക്കൾ പൊയ്ക്കോട്ടെ” എന്നു ഭട്ടേരി കല്പിച്ചു. അവർ തല്ലുനിറുത്തി പോരികയുംചെയ്തു.

ഇത്രത്തോളം കേട്ടശേഷം പണിക്കർ ഒരു നെടുവീർപ്പോടെ എഴുന്നീറ്റു ഞങ്ങളെയും വിളിച്ചുകൊണ്ടു നാലുകെട്ടിന്റെ വടക്കേകെട്ടിൽ കൊണ്ടുപോയി അവിടെ ഒരു മാന്യസ്ഥലത്തു ഇനിക്കു ഇലയിട്ടു, അല്പം മാറി അവരും ഇരുന്നു. ഞാൻ അസ്മാദി അല്ല എന്നുള്ള അവസ്ഥാഭേദം കാണിപ്പാൻ അവർക്കിരുവർക്കും വളരെ മനസ്സുകേടായിരുന്നു എന്നു പല ലക്ഷണങ്ങളും അവിടെ കണ്ടു. ഊണു കഴിഞ്ഞശേഷം നേരം തുലോം പോകയാൽ ഞാൻ യാത്രപറഞ്ഞു വീട്ടിലേക്കു മടങ്ങിപ്പോരികയും ചെയ്തു.

രണ്ടാം ഭാഗം

കുറെ ദിവസംമുമ്പേ രാമപ്പണിക്കരുടെ വീട്ടിൽവെച്ചു യദൃഛയ കാണ്മാനും അന്നത്തെ സംഭാഷണത്തിൽവെച്ചു ഇനിക്കു എത്രയും ഇഷ്ടനായി തീരുവാനും ഇടവന്ന കുഞ്ചുപിള്ളയെകുറിച്ചു എന്റെ മനസ്സിൽ വളരെ ആശ്ചര്യം തോന്നിയിരുന്നു. അയാളുടെ പ്രായത്തിലും ജാതിയിലും അതുപോലെ സുബുദ്ധിയും കാര്യത്തിരിവും ഉണ്ടായിട്ടു ഒരുത്തനെയും ഞാൻ കണ്ടിട്ടില്ല. ആകയാൽ പിന്നത്തെ പ്രാവശ്യം ഞാൻ കൈതകപ്പെള്ളിൽ ചെന്നപ്പോൾ ആ ബാല്യക്കാരന്റെ വീടു ഏതെന്നും അയാൾക്കു ഇത്രചെറുപ്പത്തിലെ ഇതിന്മണ്ണമുള്ള വിശേഷഅറിവുകൾ ഏതുപ്രകാരം ഉണ്ടായി എന്നും ഞാൻ പണിക്കരോടു ചോദിച്ചു. ഉടനെ പണിക്കർ വളരെ പുച്ഛമായിട്ടു "ആർ? പുല്ലേല്ലി കുഞ്ചുവോ? വികൃതി, അവനു എന്തൊരു വിശേഷ അറിവുള്ളു? അവന്റെ ഇന്നാളത്തെ ശുക്ലോക്തികൾ കേട്ടപ്പോൾ ഇനിക്കും അങ്ങിനെ തോന്നിപ്പോയി. എന്നാൽ കുറഞ്ഞോരു ദിവസം അവനുമായിട്ടു ഇടഞ്ഞുനോക്കിയാറെ അവൻ കേവലം ദുർബുദ്ധിതന്നേ എന്നു ഇവിടെ ബോധമായി" എന്നു പറഞ്ഞു. ഇതു കേട്ടപ്പോൾ ഇനിക്കു വളരെ കുണ്ഠിതംതോന്നി "അയാളെ കൊണ്ടു തങ്ങൾ എന്തു കേട്ടു?" എന്നു ഞാൻ ചോദിച്ചു. "കേൾക്കയല്ല കൂവാ, അവൻ ഒരു ദിവസം എന്റെനേരെ നിന്നും കൊണ്ടു, മനുഷ്യർ ഈശ്വരനെ സേവിക്കുന്നതു ശുദ്ധയബദ്ധമാണെന്നും പറഞ്ഞു, ബഹുവിടക്കായ ചില സംസാരങ്ങൾ തുടങ്ങി. അക്ഷണം ആ വികൃതിയെ ഞാൻ ആട്ടിപുറത്തിറക്കി കതകു അടെപ്പിച്ചു അവനുമായിട്ടുള്ള സഖ്യത ഇവിടെ മതിയാക്കുകയും ചെയ്തു" എന്നു പണിക്കർ പറഞ്ഞു. എന്നാൽ അതു ഒരു വകമാറ്റം ആണെന്നു കുഞ്ചുപിള്ള അങ്ങിനെ ഒരു നാളും പറകയില്ലെന്നും ഞാൻ തർക്കിച്ചപ്പോൾ അതിന്റെ പരമാർത്ഥം ഇപ്പോൾ തന്നേ ബോധപ്പെടുത്തിത്തരാമെന്നും പറഞ്ഞു പണിക്കർ ഒരു

ചെറുക്കനെ അയച്ചു അയാളെ വിളിപ്പിച്ചു, "ഈശ്വരനെ വന്ദിക്കുന്നതു അബദ്ധം എന്നു നീ ഇന്നാൾ എന്നോടു പറഞ്ഞില്ലയോ കുഞ്ചൂ?" എന്നു ചോദിച്ചു. ഇതിങ്കൽ കുഞ്ചുപിള്ള എന്നോടു തിരിഞ്ഞു, "ഞാൻ പറഞ്ഞതു ഒരു പ്രകാരം, പണിക്കർക്കു മനസ്സിലായതു മറ്റൊരു പ്രകാരം, എന്നാൽ അതു എന്റെ കുറ്റവുമല്ല. അദ്ദേഹത്തിന്റെ കുറ്റവുമല്ല. ബിംബാരാധന ചെയ്യുന്നവരുടെ മനസ്സിൽ ബിംബം ഈശ്വരനെന്നും ഈശ്വരൻ ബിംബമെന്നുമുള്ള സ്മരണ ശൈശവം മുതലെ പറ്റിപ്പോകുന്നതിനാൽ ആ ആരാധന ദോഷം എന്നു ഞാൻ പറഞ്ഞപ്പോൾ ഈശ്വരവന്ദനെക്കു ആകപ്പാടെ വിരോധം പറകയാണെന്നു പണിക്കരു വിചാരിച്ചു പിന്നെ ഒരക്ഷരം എന്നെക്കൊണ്ടു പറയിക്കാതെ "പടിക്കു പുറത്തിറങ്ങു" എന്നു പിന്നെയും പിന്നെയും ഹേമിക്കയാൽ എന്റെ പരമാർത്ഥം മനസ്സിലാക്കിക്കൊടുപ്പാൻ ഇടകിട്ടാതെ ഞാൻ ഖേദത്തോടെ ഇറങ്ങിപ്പോകയും ചെയ്തു. നിങ്ങൾക്കു എന്തുതോന്നുന്നു മുതൽപിടിക്കാരാ? ഈശ്വരനെ വന്ദിക്കുന്നതു അബദ്ധമെന്നു ഞാൻ പറയുമോ? എന്റെ അമ്മയുടെ ഗർഭത്തിൽ എന്നെ ഉരുവാക്കിയവനും ലോകത്തിൽ പിറന്നനാൾമുതൽക്കു ഇനിക്കു വേണ്ടതൊക്കെ തന്നു രാപ്പകൽ എന്നെ പോറ്റിപ്പുലർത്തി രക്ഷിച്ചുവരുന്നവനുമായ എന്റെ കാരുണ്യമേറിയ ഭഗവാനെ വന്ദിച്ചുകൂടാ എന്നു ഞാൻ പറയുമോ?"

ഇതു കേട്ടപ്പോൾ ഞാൻ പണിക്കരുടെ മുഖത്തു നോക്കി അവൾ (വിഷണ്ഡതയോടെ കുറെ നേരം മിണ്ടാതിരുന്നിട്ടു) "ഇരി, കുഞ്ചൂ, അന്നു വിവരക്കേടായി ഞാൻ നിന്നോടു കലമ്പിയതിനെകുറിച്ചു ഒന്നും തോന്നരുതു. എന്നാൽ നാം അമ്പലത്തിൽ ചെയ്യുന്ന ആരാധന അവിടെ ഇരിക്കുന്ന ബിംബത്തിനെന്നോ നിന്റെ ബോധം? അല്ലല്ല. അതിന്മേൽ ഈശ്വരൻ അധിവസിക്കുന്നുണ്ടു, അദ്ദേഹത്തെയാണു നാം ഉപാസിക്കുന്നതു" എന്നു പറഞ്ഞു.

കുഞ്ചു: അനക്കമൊ ശ്വാസമൊ മറ്റു യാതൊരു ജീവലക്ഷണമൊ ഇല്ലാത്ത ഒരു കരിങ്കല്ലിന്മേൽ ഈശ്വരൻ ഉണ്ടെന്നു എങ്ങിനെ അറിയാം.

പണിക്കർ: പ്രാണപ്രതിഷ്ഠകൊണ്ടു അറിയാമല്ലൊ. ആ കർമ്മം കഴിഞ്ഞാൽ പിന്നെ ബിംബത്തെ കല്ലെന്നെങ്കിലും മരമെന്നെങ്കിലും പറഞ്ഞുകൂടാ. ചാരംകേറ്റുന്ന വഞ്ചി ആയാലും അതിന്മേൽ മഹാരാജാവു എഴുന്നെള്ളിയിരിക്കുമ്പോൾ പള്ളിയിടം എന്നല്ലാതെ ചാരത്തോണി എന്നു പറയരുതാത്തപ്രകാരം തന്നെ.

കുഞ്ചു: എന്നാൽ ഈ ചാരത്തോണിയിന്മേൽ മഹാരാജാവു എഴുന്നെള്ളീട്ടുണ്ടെന്നു വിചാരിപ്പാൻ എന്തു സാക്ഷിയുള്ളു എന്നാണു ഞാൻ ചോദിച്ചതു. അതു ഒന്നുകിൽ യുക്തികൊണ്ടു അല്ലെങ്കിൽ അനുഭവം കൊണ്ടു ബോധപ്പെടുത്തെണം. അല്ലാതെ പ്രാണപ്രതിഷ്ഠയാൽ അറിയാം എന്നു വാദിക്കുന്നു എങ്കിൽ അങ്ങിനെയുള്ള ന്യായത്തിന്മേൽ മറ്റുചിലതു ഞാൻ പറയുന്നതും സമ്മതിക്കേണ്ടിവരും.

പണിക്കർ: വേണ്ടാ പ്രാണപ്രതിഷ്ഠയുടെ മഹിമ അദൃശ്യമാകകൊണ്ടു അതു എടുത്തു പറയുന്നില്ല. യുക്തിയും അനുഭവവും ഇവ രണ്ടിനെകൊണ്ടും ബോധപ്പെടുത്തിത്തരാം. ഒന്നാമതു യുക്തികൊണ്ടു ഉള്ളതു കേൾ.

ഈശ്വരൻ സർവ്വജ്ഞാനം, സർവ്വവ്യാപിത്വം മുതലായ അഗോചര ലക്ഷണങ്ങളോടുകൂടിയ ആളാകയാൽ അദ്ദേഹത്തെ വേണ്ടപോലെ അറിവാനും വന്ദിപ്പാനും നമ്മാൽ കഴിയുന്നതല്ല. ശരീരികളായ നമുക്കു അറിവു ഉണ്ടാവാനുള്ള പ്രധാനവഴി പഞ്ചേന്ദ്രിയങ്ങൾ ആകകൊണ്ടു അവറ്റാൽ ഗ്രഹിപ്പാൻ വഹിയാത്ത ഒരു അരൂപിയെ കുറിച്ചു നിരൂപിക്കുമ്പോൾ നമ്മുടെ ബുദ്ധി അമ്പരന്നുപോകും. ആയതുകൊണ്ടു ഈശ്വരൻ എല്ലാടവും നിറഞ്ഞിരിക്കുന്നവൻ എങ്കിലും തന്റെ പ്രത്യേക ഇരിപ്പിടം എന്നുള്ള സങ്കല്പമായിട്ടു ഒരു ക്ഷേത്രവും തന്റെ പ്രതിനിധി എന്നുള്ള ഭാവനയിൽ ഒരു ബിംബവും ഉണ്ടായിരിക്കുന്നതു നമുക്കു അദ്ദേഹത്തെ ഓർപ്പാനും വന്ദിപ്പാനും എളുപ്പമുള്ളോരു സമ്പ്രദായമാണു. അതു ഹേതുവാൽ തന്റെ സൃഷ്ടികൾ അവരുടെ നിർവ്വാഹക്കേടുകൊണ്ടും അങ്ങോട്ടുള്ള ഭക്തിയിൽനിന്നും ചെയ്യുന്ന ഈ കാര്യം അദ്ദേഹത്തിന്നു ഇഷ്ടമായിരിക്കും എന്നും അതിനാൽ തന്റെ ദിവ്യസാന്നിദ്ധ്യം ബിംബത്തിൽ ഉണ്ടായിരിക്കും എന്നും നമുക്കു നിശ്ചയിക്കാം.

കുഞ്ചു: തങ്ങളുടെ ഈ ന്യായത്താൽ ബിംബാരാധന മഹാ തെറ്റെന്നു വരുന്നു. സർവ്വജ്ഞാനം സർവ്വവ്യാപിത്വം മുതലായ ദിവ്യലക്ഷണങ്ങളെ കുറിച്ചു നിരൂപിക്കുന്നതു പാപമുള്ള മനുഷ്യനു അസഹ്യമാകകൊണ്ടു ആ ലക്ഷണങ്ങൾ ഒന്നുമില്ലാത്ത മനുഷ്യന്റെയൊ മൃഗത്തിന്റെയൊ വല്ല ഇഴജന്തുവിന്റെയൊ പ്രതിരൂപത്തെ ദൈവമാക്കി വെച്ചുകൊണ്ടാൽ ശമ്മലയില്ലെന്നു കരുതി അങ്ങിനെ സാക്ഷാൽ ഈശ്വരനെ കുറിച്ചുള്ള ഓർമ്മയും ഭയവും മനസ്സിൽനിന്നു ഇല്ലായ്മയാക്കുവാൻ വേണ്ടി ഈ സമ്പ്രദായം നിശ്ചയിച്ചതാണെന്നു നിങ്ങളുടെ വാക്കിനാൽ തെളിയുന്നു.

മറുഭാഗി പറയുന്നതു കാര്യം എന്നു ഉള്ളേ തോന്നിയാലും മടുപ്പു അറിയിക്കരുതെന്നുവെച്ചു പിന്നെയും തട്ടാമുട്ടി പറയുന്ന ചില നിസ്സാരന്മാരെപോലെ രാമപ്പണിക്കരു അനാവശ്യമായി തർക്കിക്കുന്ന ആളല്ലായ്കയാൽ കുഞ്ചുവിന്റെ ഈ ഉത്തരം കേട്ടപ്പോൾ ബിംബാരാധനെക്കു താൻ കൊണ്ടുവന്ന യുക്തി ശരിയിടുകയില്ലെന്നു ഗ്രഹിച്ചിട്ടു ശേഷം പറഞ്ഞതു, "എന്നാൽ ഈ കാര്യത്തിൽ യുക്തി അല്ല അനുഭവത്തെയാണു മുഖ്യമാക്കേണ്ടതു. വിശപ്പിനെ ശമിപ്പിക്കുന്നതു ഭക്ഷണമെന്നു ഊൺ കഴിച്ചു തൃപ്തിയായിരിക്കുന്നവനു യുക്തിയാൽ ബോധപ്പെടേണമെന്നില്ലല്ലോ, ഔവ്വണ്ണംതന്നേ ബിംബാരാധനയെ ഭഗവാൻ സ്വീകരിച്ചിരിക്കുന്നു എന്നു പരബോധപ്പെടത്തക്ക വല്ല അടയാളങ്ങളും താൻ കാണിച്ചിട്ടുണ്ടെങ്കിൽ സമ്മതിക്കരുതോ?"

കുഞ്ചു: കൊള്ളാം, അങ്ങിനെ വല്ല അടയാളവും ഉണ്ടെങ്കിൽ കേൾക്കേണ്ടതാണു.

പണിക്കർ: പൊന്നാനിയിൽ ഒരു മഹാക്ഷേത്രവും അതിൽ പൊന്നുകൊണ്ടു ഒരു ആനയും ഉണ്ടു. അവിടത്തെ ദേവൻ ശക്തിമാനെന്നു വരികിൽ ആ ആനയെ ഒന്നു നടത്തിക്കാണെണം എന്നും അതു കഴിയാത്ത പക്ഷം ബ്രാഹ്മണരൊക്കെ ചേലയിൽ കൂടെണമെന്നും ജോനകമാപ്പിളമാരുടെ ഞെരുക്കം ഉണ്ടായി. എന്നാറെ ബ്രാഹ്മണർകൂടി ദേവന്റെ മുമ്പിൽ മുട്ടുപാടു പാർത്തു കർമ്മാദികൾ ചെയ്തപ്പോൾ ശരിവരെ ആ ആന നിന്ന സ്ഥത്തു

നിന്നു ഇളകി ഏകദേശം ഒരു വിളിപ്പാടു ദൂരത്തോളം നടന്നു. അല്ല, ഇതു ഏതാണ്ടൊരു പുനഃസൃഷ്ടി എന്നോ നീ ഈ ചിരിക്കുന്നതിന്റെ സാരം? ഗുരു വിനാണല്ലേ. ആ ദിക്കിനു പൊന്നാനി എന്നു പേരുണ്ടാവാൻ ഇതു തന്നേല്ലൊ കാരണം. പൊന്നാനയെ അയച്ച സ്ഥലം ആകകൊണ്ടു "പൊന്നാനയെ അയക്കൽ" എന്നു അതിനുപേർ വീണു. അതു പിന്നെ ചുരുങ്ങി "പൊന്നാനിക്കൽ" എന്നും ഇപ്പോൾ പൊന്നാനി എന്നും ആയി. (പിന്നെ എന്നോടു തിരിഞ്ഞു) ഇതു കേട്ടാറെ സൂക്ഷ്മം എന്നു തോന്നുന്നില്ലയോ മുതൽപിടിക്കാരാ?

ഞാൻ: ഇമ്മാതിരി കഥകൾ വിശ്വസിക്കുന്ന കാര്യത്തിൽ ഞാനും കുഞ്ചുപിള്ളയെപോലെ ഒരു കീറാമുട്ടി എന്നരിക്കെ പാടുള്ളു. ഇതു തങ്ങൾ പറയുന്നിടയിൽ ഇന്നാളത്തെ "ബലാലെത്തി"യുടെ വ്യാഖ്യാനം ഞാൻ ഓർത്തു. ആ പൊട്ടപ്പുരാണംപോലെതന്നേ ഇതും നേരല്ലെന്നു ഡിപ്പുസുൽത്താന്റെ നേരെ ദേവന്മാർ ശക്തിയൊന്നും പ്രവൃത്തിക്കാഞ്ഞതുകൊണ്ടു അറിയാമെല്ലോ.

പണിക്കർ: ശരിതന്നെ. ആ ഉപദ്രവി വളരെ ക്ഷേത്രങ്ങളെ നശിപ്പിക്കയും ബ്രാഹ്മണരെ ബലത്താൽ ചേലയിൽ കൂട്ടുകയും ഉണ്ടായി. എന്നാൽ ആ കാലം മന്ത്രങ്ങൾക്കു ശക്തിക്കുറവു തുടങ്ങിയ സമയമാകകൊണ്ടോമറ്റൊ ബിംബങ്ങളുടെ പ്രതാപം വെളിപ്പെടാതെ പോയതല്ലെയോ എന്നു സംശയിക്കുന്നു.

കുഞ്ചു: (എന്നോടു) പണ്ടു പൊന്നാന നടന്നെന്നുള്ളതു പണിക്കർക്കു കേട്ടുകേൾവിയെ ഉള്ളു. എന്നാൽ ഒരു കരിങ്കല്ക്കാളെക്കു പുഴുത്ത അതിശയം ഇദ്ദേഹം കണ്ടുബോധിച്ച വിശേഷം ആകകൊണ്ടു അതിന്റെ പരമാർത്ഥം ഏതുപ്രകാരമായിരുന്നു എന്നു മുതൽപിടിക്കാരൻ ചോദിക്കൂ. ഇതു കേട്ടപ്പോഴേക്കു രാമപ്പണിക്കർക്കു വെറ്റില മുറുക്കിന്റെ ബദ്ധപ്പാടായിപ്പോയി. അതുകൊണ്ടു കരണ്ടകം തപ്പുകയും മാധവനെ വിളിക്കയും പാക്കിടിച്ചു കൊണ്ടു വരാഞ്ഞിട്ടു ദ്വേഷ്യപ്പെടുകയും മറ്റും ചെയ്യുന്ന തിടുക്കം നിമിത്തം ഞാൻ കാളക്കാര്യത്തെകുറിച്ചു ചോദിച്ചതു കേട്ടിട്ടൊ കേൾക്കാഞ്ഞിട്ടോ മറുപടി ഒന്നും ഉണ്ടായില്ല. അതുകൊണ്ടു കുഞ്ചുപിള്ളതന്നെ ആ സംഗതിവിവരം താഴെ വരുന്നപ്രകാരം പറഞ്ഞുകേൾപ്പിച്ചു; തിരുവാനക്കരെ നടയിലേ കരിങ്കല്ക്കാളെക്കു മുതുകിൽ നീരുരുണ്ടുകൂടി വീങ്ങിക്കിഴിഞ്ഞു ഒരു വൃണവും അതിൽ ഇശ്ശി കൃമികളും ഉണ്ടായിരിക്കുന്നപ്രകാരം കേട്ടു രാമപ്പണിക്കരും കൊച്ചമ്മാമനും ഇവിടങ്ങളിലുള്ള വേറെ ചില മുഖ്യസ്ഥന്മാരുംകൂടി വഴിയാത്രക്കു വേണ്ടുന്ന കോപ്പുകളുംകൂടി പുറപ്പെട്ടു രണ്ടര ദിവസത്തെ വഴി നടന്നു ആ നടയിൽ എത്തിയാറെ മേൽപ്പറഞ്ഞ കാളയുടെ പുറത്തു മുമ്പിനാലെ ഒരു ചെറിയ കുഴി ഉണ്ടായിരുന്നതിൽ മഴവെള്ളം നിന്നു ദുഷിച്ചിട്ടു ആ വെള്ളത്തിൽ ഉളവായ രണ്ടുമൂന്നു കൊച്ചു കൂത്താടികൾ നീന്തുന്നതിനെ കണ്ടുംവെച്ചു, അങ്ങോട്ടേക്കു തിരുവാനക്കരെ ഭഗവാന്റെ ശക്തിയെ ഘോഷിച്ചുകൊണ്ടുപോയ ആളുകൾ ഇങ്ങോട്ടേക്കു തമ്മിൽ ഏറെ ഉരിയാട്ടം കൂടാതെ മടങ്ങിപ്പോരികയും ചെയ്തു.

മേൽ ചുരുക്കിഎഴുതിയിരിക്കുന്ന വിസ്മയസംഗതി കുഞ്ചുപിള്ള

എന്നോടു വിവരിക്കയിൽ പണിക്കരും മറ്റും കാണിച്ച ബുദ്ധിമോശത്തിനു നന്നായി കോൾപറ്റത്തക്ക ചില ഫലിതങ്ങളും കൂടെ അയാളുടെ വാക്കിൽ ഇടകലർന്നു വന്നതിനാൽ ഞാൻ കുറേശ്ശ ചിരിച്ചുപോയി. ആയതും കുഞ്ചുവിന്റെ സംസാരവും എല്ലാം കണ്ടുംകേട്ടും ലജ്ജിച്ചിട്ടോ ഉത്തരം മുട്ടുകകൊണ്ടോ ഏതെങ്കിലും കുറെനേരത്തേക്കു രാമപ്പണിക്കർ യാതൊന്നും മിണ്ടിയില്ല. ആകയാൽ ഇനിക്കു എത്രയും രസമായിതീർന്ന ഈ സംഭാഷണം ഇടവിട്ടു പോകാതിരിപ്പാൻവേണ്ടി ഞാൻ അദ്ദേഹത്തോടു ബിംബങ്ങളുടെ ശക്തിയെ കുറിച്ചു കേൾക്കുന്ന ശ്രുതികളും പുരാണങ്ങളും ശുദ്ധപുനഃസൃഷ്ടികളത്രെ എന്നു ഇതിൽവെച്ചു ബോധം വരേണ്ടതല്ലയൊ? എന്നു ചോദിച്ചു.

പണിക്കർ: അതു എവിടെ പഠിച്ച വ്യവഹാരം? ഒരു സംഗതി വ്യാജമായി പോയാൽ മറ്റുള്ളതും വ്യാജമെന്നു എണ്ണേണ്ടതാണെന്നുള്ള ന്യായം ഞാൻ ഇന്നു നല്ലപ്പോൾ കേട്ടു. “കണ്ടശ്ശാരുടെ പണം കള്ളനാണെങ്കിൽ കുമരശ്ശാരുടെ പണവും കള്ളൻതന്നേ?” എന്നോ? ഹഃ ഹഃ ഹഃ ഹഃ നന്നായി പോയി. എന്നാൽ ഒരു കള്ളനാണയം കാണുമ്പോൾ രാജ്യത്തു നല്ലതൊന്നും ഇല്ല എന്നു നിശ്ചയിക്കുന്നതിന്നു പകരം നല്ലതുണ്ടാകകൊണ്ടത്രെ കള്ളനുംകൂടെ പുറപ്പെടുന്നതു എന്നു വിചാരിക്കയാണു അധിക നടപ്പെന്നു നമ്മുടെ പൊട്ടുബുദ്ധിയിൽ തോന്നുന്നു.

കുഞ്ചു: അതു ശരി. നേരായിട്ടുള്ള അതിശയങ്ങൾ ദൈവശക്തിയാൽ ഭൂലോകത്തിൽ നടന്നിട്ടുണ്ടെന്നു ഈ മാതിരി കള്ളശ്രുതികൾ ഒരു സാക്ഷിയാണു. എങ്കിലും ഈശ്വരസന്നിധിയിൽ അത്യന്തം വെറുപ്പായുള്ള ബിംബാരാധനെക്കു പുഷ്ടിയായി കേൾക്കുന്ന വിസ്മയങ്ങൾ അത്രയും കള്ളക്കമ്മിട്ടത്തിൽനിന്നു പുറപ്പെടുന്നവയെന്നു നിശ്ചയിക്കേണം. അതു കണ്ടശ്ശാർക്കുള്ളതുപോലും കുമരശ്ശാർക്കുള്ളതുപോലും കള്ളനൊ വെള്ളിയോ എന്നു പരിശോധിപ്പാൻ പോലും ആവശ്യമില്ല.

പണിക്കർ: എന്നാൽ ഞാൻ നിന്നോടു ചെറിയോരു കാര്യം ചോദിക്കട്ടെ, ഈശ്വരനു ബിംബവന്ദന അത്ര വെറുപ്പാണെങ്കിൽ ബിംബങ്ങളെ നോക്കി പ്രാർത്ഥിക്കുന്നവർക്കു ചില കാര്യങ്ങൾ ഇന്നു കൃത്യമായിട്ടു ഒത്തു കാണുന്നതു എങ്ങിനെ? മാധവൻ കുഞ്ഞിന്റെ അമ്മെക്കു തന്നേ പോയാണ്ടു വിഷുവിന്നാളിൽ ആ ദീനംവന്നു നമ്മളൊക്കെ അമളിച്ചപ്പോൾ–

കുഞ്ചു: ഹെയി, നിസ്സാരന്മാരുടെ സംസാരം അങ്ങേക്കു യോഗ്യമുള്ളതല്ല. അറിവുള്ളവർ കേട്ടാൽ നിന്ദിക്കും (പിന്നെ എന്നോടു) ഇതിങ്കൽ ആശ്ചര്യം വേണ്ടാ മുതൽപിടിക്കാരാ, നിർജ്ജീവപദാർത്ഥങ്ങൾക്കു ആരാധന ചെയ്തു ചെയ്തു ഹിന്ദുക്കളിൽ വ്യുല്പന്നന്മാർപോലും ആത്മീയ വിഷയങ്ങളിൽ മന്ദബുദ്ധികളായിപോയി. അതുകൊണ്ടു ഞങ്ങളിലുള്ള ആളുകൾക്കു ഇന്നതേ വിശ്വസിക്കാവൂ എന്നില്ല. അവരുടെ പൊട്ടുവിശ്വാസങ്ങൾക്കു ഇന്നതൊക്കെ ആധാരമാക്കാവൂ എന്നും ഇല്ല.

പണിക്കർ: (പരിഭവത്തോടെ) നീ ഒരുത്തൻ ഹിന്ദുക്കളിൽ ബുദ്ധി തെളിഞ്ഞവനായിട്ടു ഉണ്ടല്ലൊ; ശേഷംപേർ എല്ലാം മന്ദബുദ്ധികൾ എന്നിരിക്കട്ടെ. എങ്കിലും മന്ദബുദ്ധികളുടെ വാക്കായിട്ടു നീ ഇവിടെ എന്തു കേട്ടു? പറ; അധികപ്രസംഗം കൊള്ളരുതു കേട്ടോ?

ഇതിങ്കൽ തന്റെ വാക്കു അസാരം കടന്നുപോയി എന്നുള്ള താഴ്ച ഭാവത്തോടെ കുഞ്ചുപിള്ള ചില സൗമ്യവചനങ്ങളാൽ പണിക്കരെ രമ്യപ്പെടുത്തിട്ടു പറഞ്ഞതു:

ഇവിടത്തെ കൊച്ചമ്മയുടെ ദീനം കാക്കോളി വൈദ്യന്റെ ഗുളിക കൊണ്ടു വാശിയായതു കരിമാൻകുളങ്ങരെ തൂക്കംകഴിച്ചതിനാൽ എന്നു പറയുന്നെങ്കിൽ അതും അതിനേക്കാൾ ഉപരിയായ വഴിപാടുകളും പലപല അമ്പലങ്ങളിലേക്കു നേർന്നതുകൂടാതെ തെക്കു വൈക്കം ക്ഷേത്രത്തിൽ സഹസ്രകലശം കഴിക്കാമെന്നു കൂടെയും അഛൻ നിശ്ചയിച്ചിട്ടും ഞങ്ങളുടെ ലക്ഷ്മിപ്പെണ്ണു ജീവിക്കാഞ്ഞതു എന്തുകൊണ്ടു? പിന്നെ നമ്മുടെ ശിവശങ്കരപ്പിള്ള പാർവത്ത്യാർക്കു തഹശീൽ പണി കിട്ടേണമെന്നുവെച്ചു പഞ്ചാരച്ചതുശ്ശതം മുതലായ വഴിപാടുകൾ പലേടത്തേക്കും നേരുകയും കഴിക്കയും ചെയ്താറെയും ഉള്ള ജീവനം കൂടെ പോയ്പോവാൻ ഇടവന്നതു എങ്ങിനെ? കോന്നോത്തു വല്യമ്മയുടെ താലിക്കൂട്ടം കളവുപോയതു തിരികെ കിട്ടേണ്ടതിന്നു തങ്ങളുംകൂടെ പറഞ്ഞു, വല്യമ്മയെകൊണ്ടു കീരിക്കുന്നുനടയിൽ നെയ്വിളക്കു കഴിപ്പിച്ചില്ലേ? എന്നിട്ടു എന്തായി? എന്തിനു പറയുന്നു? നമ്മുടെ ആളുകളുടെ പതിവാണിതു. നേർച്ചകൾ നേർന്നിട്ടു ഒക്കാതെ പോകുന്ന കാര്യങ്ങൾക്കു ഓരോ ഉപശാന്തികൾ വിചാരിച്ചു ഓർമ്മയിൽനിന്നു വിട്ടുകളകയും ദൈവഗത്യാ മനോരഥത്തിനു ഒത്തുവരുന്നതൊക്കെയും ബിംബങ്ങൾ ഒപ്പിച്ചു തരുന്നെന്നു വിശ്വസിച്ചുകൊൾകയും നടപ്പാണു.

ഇവിടെ കുഞ്ചു നിറുത്തി. പണിക്കർ ഒന്നും ശേഷം പറയായ്കയാൽ എന്നോടു തിരിഞ്ഞു പിന്നെയും പറഞ്ഞതു;

“ഇതു തന്നേയാണു ഞങ്ങളുടെ ജാതിക്കാർ മന്ദബുദ്ധികളായിപോയി എന്നു ഞാൻ പറഞ്ഞതു. പകൽപോലെ തെളിവുള്ള അബദ്ധങ്ങൾ കൂടെയും ഗ്രഹിപ്പാൻ അവർക്കു ബുദ്ധിയില്ല. എങ്ങനെ ബുദ്ധിയുണ്ടാകുന്നു മുതൽപിടിക്കാരാ? ആശ്രയിക്കുന്നതു കല്ലിനെയും മരത്തെയും ആയിരിക്കുമ്പോൾ അതിനെപ്പോലെ ആയി ഭവിപ്പാനെല്ലോ സംഗതിയുള്ളു. നിങ്ങളുടെ വേദക്കാരൻ ഒരു പുസ്തകവ്യാപാരി രണ്ടാമാണ്ടു പുല്ലേലിൽ വന്നു. അയാളും കൊച്ചമ്മാമനും തമ്മിൽ ബിംബങ്ങളെവെച്ചു ആശ്രയിക്കുന്ന സംഗതികൊണ്ടു ഉടക്കിക്കൊണ്ടിരിക്കുന്ന സമയം സത്യവേദം എന്നും പറഞ്ഞു അയാൾ ഒരു പുസ്തകം എടുത്തു അമ്മാമനെ വായിച്ചു കേൾപ്പിച്ചതിൽ “കണ്ണുണ്ടെങ്കിലും കാണ്മാൻമേലാ, ചെവിയുണ്ടെങ്കിലും കേൾപ്പാൻ മേലാ, സ്പർശനംഇല്ലാ ഘ്റാണനംഇല്ലാ” എന്നിങ്ങിനെ ഓരോന്നു ചൊല്ലിവന്നിട്ടു, “അവറ്റെ ഉണ്ടാക്കുന്നവൻ അവറ്റെ പോലെയാണു. അവറ്റിൽ ആശ്രയിക്കുന്നവർ എല്ലാം അപ്രകാരം തന്നേയാണു,” എന്നു ആ പുസ്തകക്കാരൻ വായിച്ചുകേൾപ്പിച്ചതു എന്റെ മനസ്സിൽ നല്ലവണ്ണം പറ്റി, അതു എത്ര സൂക്ഷ്മമായി ഒത്തിരിക്കുന്ന വാക്കു! ഞങ്ങളുടെ വിശ്വാസവും ക്രിയകളും നോക്കുമ്പോൾ മരപ്പാവയും ഞങ്ങളും തമ്മിൽ എന്തൊരു ഭേദമുള്ളു? ബിംബത്തെ ചോറൂട്ടുക, തേച്ചുകുളിപ്പിക്ക, ഉറക്കുക, ഉണർത്തുക, വീശുക, പൂശുക മുതലായിട്ടു ഹിന്ദുക്കൾ പ്രവൃത്തിക്കുന്ന ഓരോരോ

കോക്കാമ്പീച്ചികൾ കാണുമ്പോൾ ഒക്കെയും "അതിനെ ഉണ്ടാക്കുന്നവർ അതിനെപോലെയാകുന്നു. അതിന്മേൽ ആശ്രയം വെക്കുന്നവൻ എല്ലാം അപ്രകാരം തന്നേയാകുന്നു" എന്നു നിങ്ങളുടെ വേദത്തിലെ ആ മൊഴി അസ്ത്രം പോലെ എന്റെ ഹൃദയത്തിൽ കൊള്ളുന്നു. എന്നതിൽ പ്രത്യേകം കരിങ്കൽകാളെക്കു നീരുവെച്ചു പൊട്ടിയെന്നും പുഴുത്തെന്നും ഉള്ള ശ്രുതി കേട്ടയുടനെ അതുള്ളതെന്നു വിശ്വസിച്ചുംകൊണ്ടു കാണ്മാനായിട്ടു–

പണിക്കർ: മതി എന്റങ്ങുന്നേ, അവിടെ നിറുത്തു. ഇനിക്കു ഇതെല്ലാം കേട്ടിട്ടു ജ്ഞാനം ഉണ്ടാകുന്നുണ്ടു. എങ്കിലും ഇവിടത്തേ കൊച്ചൻ മിനക്കെടുന്നു എന്നു തോന്നുന്നു. അവൻ ഒന്നും ചൊല്ലിക്കേൾക്കുന്നില്ല. (പിന്നെ മകനോടു ഉറക്കെ) മാധവാ, നീ പഠിച്ചതു ഇവിടെ കൊണ്ടുവാ.

അപ്പോൾ മാധവൻകുട്ടി പാഠംകേൾപ്പിപ്പാനായിട്ടു ചാവടിയിൽവന്നു. എന്നാൽ കുഞ്ചുപിള്ളയുടെ സംസാരത്താൽ പണിക്കർക്കു കുറെ അന്ധാളിപ്പു വന്നു പോകകൊണ്ടു മകൻ പാഠംചൊല്ലുകയിൽ തെറ്റിച്ചു ചൊല്ലിയതൊന്നും അയാൾ കേട്ടില്ല. ഒടുവിൽ അവൻ കണക്കധികാരത്തിൽ ഒരു വലിയപിഴയോടുംകൂടെ അവസാനിച്ചപ്പോൾ "കൊള്ളാം മകനേ, പോയിരുന്നു, അതുതന്നേ കുറെനേരംകൂടെ ഉരുവിടൂ" എന്നു പറഞ്ഞു അവനെ അയച്ചിട്ടു, പണിക്കർ വളരെ സാവധാനത്തിൽ മെല്ലെ പറഞ്ഞതു,

"ഞാൻ ഈ കാര്യത്തിൽ അല്പമൊന്നു പിടിച്ചു പറഞ്ഞതു നിങ്ങൾ ഇങ്ങോട്ടു ഉടക്കി സംസാരിക്കകൊണ്ടു മാത്രം അല്ലാതെ വലിയ സാരമെന്നു വിചാരിച്ചു കരുതിക്കൂട്ടി പറഞ്ഞതൊന്നുമല്ല. ഏതുപ്രകാരേണ നോക്കിയാലും ബിംബം ഈശ്വരനാകയില്ലെന്നു ഇനിക്കു അറിഞ്ഞുകൂടയോ? ഈശ്വരൻ എന്നു വെച്ചാൽ,

"സതു സർവ്വജഗൽ സ്രഷ്ടാ ജരോ നാശോപ്യ ജസ്തതാ അവികാരി നിരാകാരി രാഗദ്വേഷവിവർജ്ജിതഃ അദൃശ്യ സമദൃഷ്ടിശ്ച സർവ്വവ്യാപി വിഭുസ്തഥാ ദയാശീലോ പ്രമേയശ്ച രൂപാദി രഹിതസ്തഥാ ഇത്യാദി വിവിധാസന്തി ഗുണസ്തിസ്മിൻ പരാത്മനി" ഇപ്രകാരമുള്ള ആളാണു ഭഗവാൻ; ബിംബങ്ങൾ എന്താണു? മനുഷ്യരായിട്ടു വരുത്തുന്ന പ്രതാപങ്ങൾ അല്ലാതെ അതുകൾക്കു യാതൊരു മുഖ്യതയുമില്ല. അതിനെകുറിച്ചു ഇവിടെ മുമ്പേതന്നേ നല്ല ബോധത്തിനു വക വന്നു പോയിട്ടുമുണ്ടു. അതെങ്ങിനെ എന്നു കേൾക്കേണം എങ്കിൽ പറകയുമാം. പണ്ടു ഇരവി എന്നുവെച്ചു ഒരു ഉള്ളാടൻ ഇവിടങ്ങളിൽ ഉണ്ടായിരുന്നു. അവന്റെ ഒരു കാൽ വീങ്ങിയിരുന്നതുകൊണ്ടു അവനെ മന്തനിരവി എന്നു പറഞ്ഞു വന്നു. നാലഞ്ചു ആളുടെ ആരോഗ്യമുണ്ടു. യാതൊരുത്തനേയും ഭയവുമില്ല. അങ്ങിനെയുള്ളൊരു ത്രിശാലമുട്ടനായിരുന്നു. അവൻ ഒരു ദിവസം വെളിയന്നൂർ വയലിന്റെ കരെക്കൽ ഇപ്പോൾ പൊളിഞ്ഞു കിടക്കുന്ന അമ്പലത്തിന്റെ സമീപെ, ആ ചരിവിൽ കാട്ടുകിഴങ്ങു മാന്തിക്കൊണ്ടിരുന്നു. അപ്പോൾ "ഇതാ പന്നി വരുന്നേ" എന്നു കൂട്ടരു വിളിച്ചു കൂകുന്ന ശബ്ദംകേട്ടു ഉടനെ തോളിൽ പാളക്കെട്ടും ഞാത്തിയിട്ടുംകൊണ്ടു ഓടുന്നതു അലമ്പലാകയാൽ അമ്പലത്തിന്റെ മുൻവശത്തു ഓടി വന്നു "അടി

യന്റെ മാന്തലും പാളക്കെട്ടും സൂക്ഷിച്ചുകൊള്ളണേ" എന്നു ഭഗവാനോടു വിളിച്ചു അപേക്ഷിച്ചിട്ടു തേട്ടക്കാർ നില്ക്കുന്നിടത്തേക്കു ഓടി. കുറെ നേരംകഴിഞ്ഞു മടങ്ങിവന്നപ്പോൾ (പാളക്കെട്ടു പച്ചപ്പാള ആകകൊണ്ടു) കന്നുകാലികൾ മണംപാർത്തുചെന്നു കടിച്ചുകീറി അതിൽ ഉണ്ടായിരുന്ന നൂറോൻ കിഴങ്ങുകളുംമറ്റും എല്ലാം ചവിട്ടിത്തൊഴുമ്മി നാനാവിധമാക്കി ഇട്ടിരിക്കുന്നതു കണ്ടു. അതിങ്കൽ അവനു ഉഗ്രമായ കോപം ജ്വലിച്ചു. "ഇതു സൂക്ഷിപ്പാൻ മേലാത്ത നിന്നെ ഇനി വെച്ചിരുന്നിട്ടു കാര്യമില്ല" എന്നും പറഞ്ഞു, അവന്റെ പാരക്കോലുകൊണ്ടു അമ്പലത്തിന്റെ കതകു ഇടിച്ചു തുറന്നു, നാളത്തിൽനിന്നും ബിംബം ഇളക്കിയെടുത്തു, വടക്കു പുറത്തെ ചാലിറമ്പിൽ കൊണ്ടുപോയി, രണ്ടു മൂവാൾ വെള്ളമുള്ള നടുച്ചാലിലേക്കു എറിഞ്ഞുകളഞ്ഞു. അപ്പോൾ നമ്മുടെ പണിയിൽ കിടക്കുന്ന കണ്ണഞ്ചി എന്നൊരു പുലക്കിടാത്തൻ ഈ മെനകൾ എല്ലാം നോക്കിക്കൊണ്ടു നില്പുണ്ടായിരുന്നു. "മഃ ഇതെന്താണീമല്യച്ചൻ ഈ മാതോളം ചെയ്യിണതു?" എന്നു അവൻ ചോദിച്ചാറെ "ആ തിരുവെലെക്കു ഒണക്കച്ചോറു തിന്നു തിന്നു ദാഹിക്കുന്നുപോലും" എന്നു മറുപടി പറഞ്ഞുംവച്ചു അവൻ കാട്ടു പോത്തു പായുംപോലെ തകർത്തു കയറി പോകയും ചെയ്തു, പിറ്റേന്നു കാലത്തു ശാന്തിക്കാരൻ വന്നു അമ്പലത്തിന്റെ കതകു തുറന്നുകിടക്കുന്നതിനെ കണ്ടു, ഭ്രമത്തോടെ അകത്തു കടന്നു നോക്കിയപ്പോൾ ദേവനെ കണ്ടില്ല. വില പിടിപ്പുള്ളതായിട്ടു കശാപിശാ ഇരുന്നതൊക്കെയും അവിടത്തന്നേ ഇരിക്കയും കരിങ്കൽ ബിംബം മാത്രം കാണാതെ വരികയും ചെയ്തകൊണ്ടു അതു കള്ളന്മാരുടെ വേല അല്ലെന്നും ദേവൻ എന്തോ തിരുവിളക്കേടുകൊണ്ടു വല്ല ദിക്കിലേക്കും എഴുന്നേള്ളിക്കളഞ്ഞതാണെന്നും ഉരാണ്മക്കാരും മറ്റും പറഞ്ഞുവെച്ചു. അന്നുതൊട്ടു അവിടെ കർമ്മാദികളും നിർത്തലാക്കി. എന്നാൽ ഈ ഉണ്ടായ പരമാർത്ഥങ്ങളൊക്കെയും ആ കണ്ണഞ്ചി എന്നവൻ മുഖാന്തിരം അപ്പോൾതന്നേ ഇവിടെ അറിവാൻ ഇടവന്നു. ദേവന്റെ മഹിമെക്കു ഇതു ഒരു കുറവാണല്ലൊ എന്നു വിചാരിച്ചു ആരോടും പറയരുതെന്നു ഉടനെ അവനെ ചട്ടംകെട്ടി ഞാനും ഇന്നാൾവരെ ഈ സംഗതി ഒരുത്തരോടും വെളിപ്പെടുത്തീട്ടില്ല. എങ്കിലും ബിംബങ്ങൾക്കു ശക്തിയുണ്ടെന്നു പറയുന്നതിൽ എള്ളോളം നേരുണ്ടെങ്കിൽ ഈ ധീരതയുറ്റ അതിക്രമം പ്രവൃത്തിച്ച മന്തനിരവിക്കു അതിന്റെ അനുഭവം വന്നു കാണുംകാണും എന്നു ഞാൻ കരുതിപ്പാർത്തിരുന്നു. എന്നാറെ അവനു ഒരു ചുക്കും ഉണ്ടായില്ല. എന്നുമാത്രവുമല്ല, അതിൽപ്പിന്നെ അവന്റെ മന്തിനും വാതപ്പനിക്കും കുറെശമനമാണു കണ്ടതു. അതിൽവെച്ചു ബിംബങ്ങളുടെ സാന്നിദ്ധ്യത്തിൽ ഇനിക്കുണ്ടായിരുന്ന വിശ്വാസം ഇളകിപ്പോയി. അങ്ങനെയിരുന്നപ്പോൾ താൻ പിന്നെ തിരുവാനക്കരെക്കു പോവാൻ എന്തെന്നു നിങ്ങൾ ചോദിക്കുമായിരിക്കും. അതു മറ്റുള്ളവർകൂടി പറഞ്ഞതിനെ കേട്ടു നമുക്കു ഒരു ഇളപ്പത്തരം തോന്നിപ്പോയതെന്നു പറഞ്ഞാൽ കഴിഞ്ഞല്ലൊ.

ഇതിങ്കൽ ഞാൻ പണിക്കരോടും ഈ അറിവും ബോധവും മനസ്സിൽ വെച്ചുകൊണ്ടു തങ്ങൾ പിന്നെയും വിഗ്രഹാരാധന ചെയ്തുപോരുന്നതു എങ്ങനെ എന്നു ഞാൻ ആശ്ചര്യപ്പെടുന്നു എന്നു പറഞ്ഞു.

പണിക്കർ: "നാടോടുമ്പോൾ നടുവേ ഓടണം" എന്നൊരു ന്യായം പറയുന്നുണ്ടല്ലൊ. "കുലധർമ്മം മമ ധർമ്മം" അതുകൊണ്ടു നാട്ടാചാരത്തെ ആരും ധിക്കരിച്ചു കൂടാ. പ്രത്യേകം ബിംബാരാധനയാൽ പല ഗുണങ്ങൾ സിദ്ധിക്കുന്നതുകൊണ്ടു അതിനെ ഒട്ടും ധിക്കരിപ്പാൻ പാടില്ല.

കുഞ്ചു: ആ ഗുണങ്ങളിൽ ഒന്നു രണ്ടു പറയാമോ?

പണിക്കർ: ഓഹോ പറയാമല്ലൊ, ഒന്നാമതു ഈശ്വരനെ കുറിച്ചു നമുക്കു ഓർമ്മയും ഭക്തിയും ഉണ്ടാവാൻ ഇതു പ്രധാനവഴിയാണു, രണ്ടാമതു–

കുഞ്ചു: വരട്ടെ, വരട്ടെ. ഈ ഒന്നാമത്തേതു തീരട്ടെ. ഭക്തി ഉണ്ടാവാനുള്ള പ്രധാനവഴി അറിവു എന്നാണു ഞാൻ കേട്ടിട്ടുള്ളതു. അറിവു എന്നു അർത്ഥമായ ജ്ഞാനം എന്നതു ഈശ്വരഭക്തിക്കു നടപ്പായി പ്രയോഗമുള്ളതും ഭക്തന്മാരെ ജ്ഞാനികൾ എന്നു പറയുന്നതും അതു കാരണത്താൽ അല്ലൊ ആകുന്നു. പണ്ടു സുദർശനൻ എന്ന രാജാവു ദുർബ്ബുദ്ധികളായ തന്റെ പുത്രന്മാരെചൊല്ലി ഖേദിക്കയിൽ അവർക്കു മുക്തി ലഭിക്കേണ്ടതിന്നായിട്ടു നീതിശാസ്ത്രങ്ങൾ ചൊല്ലിക്കൊടുപ്പാൻ ആരുള്ളു എന്നു വിലപിച്ച പ്രകാരം പഞ്ചതന്ത്രത്തിൽ പറയുന്നില്ലയൊ? ഭക്തിക്കു പ്രധാനവഴി ബിംബത്തെ തൊഴുക ആയിരുന്നെങ്കിൽ ആയാരാധന ചെയ്തുകൊണ്ടു വന്ന രാജകുമാരന്മാർ ദുർബ്ബുദ്ധികളാകുവാൻ സംഗതി ഇല്ലാഞ്ഞു. അവർക്കു സൽബുദ്ധിയുണ്ടാകേണ്ടതിനു അച്ഛൻ ഒരു ഗുരുവിനെ അന്വേഷിപ്പാനും ആവശ്യമില്ലാഞ്ഞു.

പണിക്കർ: അതു ശരി. ഭക്തിക്കും മുക്തിക്കും പ്രധാന വഴി ജ്ഞാനം തന്നേ. എന്നാൽ ആ ജ്ഞാനത്തിലേക്കു മനുഷ്യബുദ്ധിയെ ചായിക്കുന്നതിനു ബിംബാരാധന ഒരു പ്രത്യേകസഹായി എന്നാണു ഞാൻ പറഞ്ഞതിന്റെ സാരം, അതെങ്ങിനെയെന്നു ദൃഷ്ടാന്തപ്പെടുത്തിത്തരാം. വില്ലിന്റെ ഞാൺ എല്ലായ്പോഴും വലിഞ്ഞിരുന്നാൽ അയഞ്ഞുപോകുന്നതുപോലെ എപ്പോഴും പഠിത്വംതന്നേ ആയാൽ കിടാങ്ങളുടെ ബുദ്ധി ക്ഷീണിക്കുമെന്നു കണ്ടിട്ടു അവർക്കു കളിപ്പാനുംകൂടെ അനുവാദം കൊടുക്കുന്നില്ലയൊ? നീ ഇപ്പോൾ പറഞ്ഞ ആ രാജപുത്രന്മാരെ ഒരു വിനോദസമ്പ്രദായത്തിൽ അഭ്യസിപ്പിച്ചതുകൊണ്ടാണു സോമശർമ്മാവിന്റെ ഉപദേശം അവർക്കു ഫലമായത്. ഇങ്ങനെ ഔഷധങ്ങൾ പോലെ തന്നേ അറിവും കുട്ടികളുടെ ഉള്ളിൽ ചെലുത്തുന്നതിനു അവർക്കു രുചി തോന്നിക്കുന്ന ഒരു അനുപാനം ആവശ്യമാണു. എന്നാൽ പരഗതിക്കു വേണ്ടുന്ന അഭ്യാസങ്ങളിൽ മനുഷ്യർ എല്ലാവരും കിടാങ്ങളത്രേല്ലൊ. ചില കൗതുകക്കാഴ്ചകളും കർണ്ണരസങ്ങളും കൂടാതെ അവരുടെ മനസ്സു സാമാന്യം ഈശ്വരങ്കലേക്കു ചായുന്നതല്ല. അതു കാരണത്താൽ അത്രെ ബിംബങ്ങളും ക്ഷേത്രങ്ങളും ഉണ്ടായിരിക്കുന്നതും, ആ വാഹനം അസനം, അർഘ്യം, പാദനം, ഉപ

വീതം, ഉദ്വർത്തനം, ഗന്ധം, പുഷ്പം, ധൂപം, ദീപം, സ്നാനം, താംബൂലം ഇവ മുതലായിട്ടു പതിനാറുകൂട്ടം പൂജാകർമ്മങ്ങളും ഉത്സവം, സംക്രാന്തി, പൂരം, ഭരണി ആദിയായുള്ള ആഘോഷങ്ങളും നിശ്ചയിച്ചിരിക്കുന്നതും.

കുഞ്ചു: തങ്ങളുടെ ഈ ഉദാഹരണപ്രകാരം ക്ഷേത്രാരാധനകൾ എല്ലാം ഒരു അനുപാനംമാത്രം എന്നു വരുന്നു, എന്നാൽ കാര്യമായുള്ള ഔഷധം എവിടെ? ഇതു പിള്ളേരുടെ കളിയാട്ടംമാത്രമെങ്കിൽ (അതു ഒത്ത കാര്യം എന്നു ഞാനും സമ്മതിക്കുന്നു) ഹിന്ദുക്കളുടെ പഠിത്വം ഇനി ഏതു കാലത്തു?

ഇവിടെ രാമപ്പണിക്കർ അല്പനേരത്തേക്കു വിഷമിച്ചിരുന്നു, പിന്നെ പെട്ടെന്നു മുഖംതെളിഞ്ഞു പറഞ്ഞതു, "ഈ കാര്യത്തിൽ പഠിത്വവും കളിയും ഔഷധവും അനുപാനവും എല്ലാം ഒന്നുതന്നേ എന്നു പറയാം, അതാണല്ലൊ ബിംബവന്ദനെക്കു ഒരു വിശേഷഗതിയുള്ളതു. മധുരത്തെ പ്രതി തിന്നുന്നതുതന്നേ മഹൗഷധമായിതീരുന്നു. കളിയോടുകൂടെ കാര്യവും നിർവ്വഹിക്കുന്നു. അതെങ്ങിനെയെന്നു മനസ്സിലാകുന്നില്ലെങ്കിൽ സുദർശനപുത്രന്മാർ വിനോദിച്ചു വിദ്വാന്മാരായ വഴി ഓർത്തുകൊൾക.

കുഞ്ചു: നാവിനെ മധുരിപ്പിക്കുന്ന മരുന്നുകളും മനസ്സിനെ ആനന്ദിപ്പിക്കുന്ന ഉപദേശസൂത്രങ്ങളുമുണ്ടു. ശരിതന്നെ. എങ്കിലും രോഗത്തെ നീക്കുന്നതു ആ മധുരരസം അല്ല. വിദ്യ ഉണ്ടാക്കുന്നതു മനസ്സിന്റെ ആനന്ദവുമല്ല. ആ രാജകുമാരന്മാർക്കു ബുദ്ധിയുണ്ടാകത്തക്ക കഥകൾ പറഞ്ഞുകൊടുക്കാതെ സോമശർമ്മാവു അവരെ വല്ല കൂത്തും കാണിച്ചു സർവ്വനേരവും വിനോദിപ്പിച്ചുകൊണ്ടുമാത്രം ഇരുന്നെങ്കിൽ അവർക്കു അധികരസം തോന്നുമെന്നല്ലാതെ തെല്ലും ജ്ഞാനം ഉണ്ടാകുമായിരുന്നുവോ? അപ്രകാരംതന്നെ അമ്പലങ്ങളിലെ ഉത്സവംമുതലായ ആഘോഷങ്ങൾ അന്തസ്സാരമില്ലാത്തവരെ കൗതുകപ്പെടുത്തുന്നുണ്ടു എങ്കിലും ഈശ്വരഭക്തി എന്നു പറയുന്ന സത്യജ്ഞാനം ഉണ്ടാവാൻ അതു പ്രധാന വഴിയെന്നു തങ്ങൾ പറഞ്ഞതു ഒട്ടും ശരിയായില്ല. അതുകൊണ്ടു ആ ഭാഗത്തെപ്പറ്റി ഇനി വേറൊന്നും പറവാനില്ലെങ്കിൽ ബിംബാരാധനകൊണ്ടുള്ള രണ്ടാമത്തെ പ്രയോജനം കേൾക്കട്ടെ.

പണിക്കർ: വേണ്ടാ ഇവിടെ മടുത്തുകളയാം. ദൈവം ഒരാൾ ഉണ്ടെന്നു കേവലം സ്മരണയില്ലാതെ മാടുസ്വഭാവമായി നടക്കുന്ന ബഹുജനങ്ങൾക്കു ഉത്സവം എന്നൊ സംക്രാന്തി എന്നൊ വല്ല കാരണവുംചൊല്ലി ഒരു മുക്കാൽവട്ടത്തു വരുമ്പോൾ എങ്കിലും ഈ ഒരു ഓർമ്മക്കുവകയുണ്ടല്ലോ എന്നാണു ഞാൻ ഒന്നു വിചാരിച്ചിരുന്നതു. എന്നാൽ അതിന്നു ബിംബാരാധന ഉതകുന്നില്ലെങ്കിൽ ഉതകേണ്ടാ പോകട്ടെ; എങ്കിലും ബിംബങ്ങളെ തൊഴുന്നതിൽവെച്ചു വല്ലദോഷവും വരുമോ? പുണ്യം ഇല്ലെന്നിരുന്നാലും പാപം സിദ്ധിക്കുമെന്നുണ്ടോ?

ഇതിങ്കൽ ഞാൻ അദ്ദേഹത്തോടു "ഏതൊരു വേലയും പ്രയോജനമില്ലാത്തതെന്നു കണ്ടാൽ നിറുത്തിക്കളയേണ്ടതാണല്ലൊ. ചേതമില്ലാതിരുന്നാൽ മതി ലാഭം ഒന്നുംവേണ്ടാ എന്നു സമ്മതിച്ചു ആരെങ്കിലും വല്ല തൊഴിലും ചെയ്യാറുണ്ടോ?" എന്നു ചോദിച്ചു.

പണിക്കർ: അതു ഒരു ന്യായംതന്നെ എങ്കിലും ആ ന്യായം ഇവിടെ ഉതകുന്നതല്ല മുതൽപിടിക്കാരാ, കാരണവന്മാരായിട്ടു പണ്ടുപണ്ടേ ആചരിച്ചു പോന്നിരിക്കുന്ന നിയമങ്ങൾ നമുക്കു ഇന്നു അനാവശ്യം എന്നു തോന്നിയാലും ഉടനടി ഒന്നും തള്ളിക്കൂടാ. അല്ലാതെ തള്ളിയാൽ പണ്ടൊരിക്കൽ ഒരു കപ്പ ലിൽ അടിച്ചരക്കായി കയറ്റിയിരുന്ന മണ്ണും മണലും ഉപകാരമില്ലാത്തതെന്നു നിശ്ചയിച്ചു യാത്രെക്കു ചുറുക്കു കൂട്ടുവാൻ വേണ്ടി വാരിക്കളെഞ്ഞ ബുദ്ധി കെട്ട ഉരുക്കാർക്കു ഭവിച്ചതുപോലെ വരും. എന്നാൽ ഏതൊരു ആചാര മെങ്കിലും അതിനാൽ ഇന്ന ഗുണമുണ്ടെന്നു നമുക്കു ഇന്നു തെളിവില്ലാതെയും ദോഷങ്ങൾ വല്ലതും പ്രത്യക്ഷമായിട്ടും കണ്ടാൽ അതിനെ പിന്നെ അനു ഷ്ഠിച്ചുകൂടാ. ബിംബവന്ദനെക്കു അങ്ങിനെ വല്ലതും പറവാനുണ്ടോ?

കുഞ്ചു: ഉണ്ടല്ലൊ, വേണ്ടുവോളം ഉണ്ടു. ബിംബങ്ങളെ വെച്ചു വന്ദി ക്കുന്നതിനോളം മഹാപാപം മറ്റൊന്നുമില്ല. മോഷണം, കുത്തിക്കവർച്ച വൈധവ്യം, പിഴപ്പിക്കുക, ശ്രീഭണ്ഡാരംമുറിക്ക പിതൃഹത്യ, മാതൃഹത്യ, ഇങ്ങിനെയുള്ള പാതകങ്ങൾക്കു ഒരു കൊതുകോളം മുഴുപ്പെങ്കിൽ ബിംബാരാധനെക്കു ആനയോളം എന്നു പറഞ്ഞാൽപോരാ. മറ്റുള്ള പാപ ങ്ങൾ എല്ലാംകൂടി ദ്രോഹംപോലെ അത്രെ. ഇതു രാജദ്രോഹമാണു. രാജാധി രാജാവായ മഹാദൈവത്തെ അവമാനിക്കുന്ന വേലയാണു.

പണിക്കർ: ഹേ! ഇതെന്തൊരു കഥയാണു ഈ പറയുന്നതു? അമ്പ ലത്തിൽ കുളിച്ചുതൊഴാൻ പോകുന്നവർ അത്രെയും ഈശ്വരനെ അവ മാനിപ്പാൻ പോകയാണെന്നു നീ അല്ലാതെ ആർ പറയും? അതു ഒരു തെറ്റെന്നുള്ള സംശയംപോലും മനസ്സിൽ തോന്നുന്നില്ലല്ലൊ.

കുഞ്ചു: ഉള്ളതു. ആ സംശയം തോന്നാത്തതിന്റെ കാരണം ഞാൻ പറഞ്ഞുതരാം. കുടിദ്രോഹമെന്നും രാജദ്രോഹമെന്നും രണ്ടുവക ദ്രോഹ ങ്ങൾ ഉള്ളതിൽ ഒന്നിനെ കുറിച്ചുള്ളതുപോലെ മറ്റതിനെ കുറിച്ചു മനു ഷ്യർക്കു സാധാരണ ബോധം ഉണ്ടോ? ഒരു കുടിയാനെ കുടിയാൻ ഉപ ദ്രവിച്ചാൽ അധർമ്മം എന്നു ഏവനും പറയും. എന്നാൽ സർക്കാരിനെ ദ്രോഹിക്കുന്നവനോടു വെറുപ്പു തോന്നുന്നവർ എത്ര ചുരുക്കം! നൂറു പറ വിത്തു വിതെച്ചിട്ടു മുപ്പതിനു മതിവു എഴുതിക്കയും പറ്റുചീട്ടു വാങ്ങു കയും ചെയ്യുന്ന കള്ളനെയൊ വ്യാജക്കറുപ്പു മുതലായ ചരക്കുകളെ കൊണ്ടു പണം ഉണ്ടാക്കുന്ന സ്വാമിദ്രോഹിയെയൊ നാട്ടിൽ ആർക്കു നിന്ദയുള്ളു? എന്നാൽ അവരുടെ ദ്രോഹപ്രവൃത്തി അവ ന്യായമെന്നു തങ്ങൾക്കു തന്നേ ആകട്ടെ മറ്റുള്ളവർക്കാകട്ടെ തോന്നുന്നില്ല എന്നു വെച്ചു പൊന്നുതമ്പുരാൻ തിരുമനസ്സിലെ സന്നിധിയിലൊ വിശ്വസ്തരായ സർക്കാരുദ്യോഗസ്ഥന്മാരുടെ നോട്ടത്തിലൊ അതു കുറ്റമില്ലാത്തതെന്നു വരുമോ? നേരെമറിച്ചു കുടിക്കു കുടിചെയ്യുന്ന പാതകം അവയവങ്ങളോടു മാത്രമുള്ളതെന്നും സർക്കാർ ദ്രോഹം തലെക്കു കേടുപറ്റുന്നതെന്നും ഉള്ള ന്യായത്തിന്മേൽ ഇതിന്നു മറ്റേതിനെക്കാൾ അതിഘോരമായ ദണ്ഡ വിധിയാണു എല്ലാ രാജ്യങ്ങളിലും പതിവായിരിക്കുന്നതു. അപ്രകാരം തന്നേ മോഷണം, കൊലപാതകം മുതലായ ദുഷ്കൃത്യങ്ങളെ പോലെ

ബിംബസേവ പാപം എന്നു നാം എണ്ണുന്നില്ലെന്നുവെച്ചു അതിന്റെ കുറ്റത്തിന്നും ശിക്ഷെക്കും ലേശംപോലും നീക്കം വരുന്നതല്ല. അതു രാജാധിരാജാവാകുന്ന മഹാദൈവത്തിനുമാത്രം ചെല്ലേണ്ടതായ ബഹുമാനം കവർന്നെടുത്തു ജീവനില്ലാത്ത വസ്തുക്കൾക്കു കൊടുക്കുന്ന ക്രിയയാകകൊണ്ടു കൊടിയ സ്വാമിദ്രോഹമാണു. എല്ലാടവും നിറഞ്ഞിരിക്കുന്നവൻ, എല്ലാറ്റിനും ശക്തിയുള്ളവൻ, എല്ലാം അറിയുന്നവൻ, എന്നിങ്ങനെ ഈശ്വരന്നുള്ള മഹിമകൾ തനിക്കു ഇല്ല എന്നു ഈ ആരാധന പഠിപ്പിക്കുന്നു. എന്നു തന്നെയുമല്ല, പശിദാഹങ്ങൾ കാമമോഹങ്ങൾ മുതലായ ഊനതകളും ദുർവ്വികാരങ്ങളും ബലഹീന സൃഷ്ടികളായ നമ്മിൽ ഒരുവനെപോലെ സൃഷ്ടികർത്താവിന്നും ഉണ്ടെന്നു ഈ കള്ളവന്ദന വരുത്തിവെക്കുന്നു. “അവികാരി നിരാകാരി രാഗദ്വേഷവിവർജ്ജിതഃ” എന്നല്ലേ നിങ്ങൾ മുമ്പേചൊല്ലിയ ശ്ലോകത്തിൽ പറയുന്നതു? എന്നാൽ അതുകൊണ്ടു എന്തുഫലം? സംസ്കൃതശ്ലോകത്തെക്കാൾ സർവ്വരും തെളിവായി ഗ്രഹിക്കുന്ന ബിംബാരാധന എന്ന ഏട്ടിൽ നേരെ മറിച്ചല്ലോ പറയുന്നതു. ഈ ഏടു ഹിന്ദുക്കൾ എവരും വായിച്ചു കാണുന്നതും ആരും പറഞ്ഞുകൊടുക്കാതെ കുട്ടികൾക്കുപോലും അർത്ഥം മനസ്സിലാക്കാകുന്നതുമാകുന്നു. അതിൽ എന്തു പറയുന്നു? ഭഗവാന്നു ആഹാരംഉണ്ടു വികാരംഉണ്ടു രാഗം, ദ്വേഷം മുതലായ സർവ്വ മനസ്കാരങ്ങളുംഉണ്ടു; ഊൺ, തേച്ചുകുളി, നിദ്ര, മൈഥുനം എന്നവ നമുക്കു ഏതു പ്രകാരമോ അപ്രകാരം അദ്ദേഹത്തിനും ആവശ്യമാണു. എന്നുമാത്രവുമല്ല, കാര്യാദികളെകുറിച്ചുള്ള അറിവും നമ്മിൽ ഒരുവനെപോലെമാത്രമെ ഉള്ളൂ. അതല്ലെ കോടതി മുമ്പാകെ കള്ളസ്സത്യം ചെയ്വാൻ ഒരു മടിയും ഇല്ലാത്തവൻ ഇന്ന നടമുഖേന സത്യംചെയ്തു കൊടുക്കേണമെന്നു വിധി ആകുമ്പോൾ പിൻവാങ്ങുന്നതു? സർവ്വശക്തനും സർവ്വജ്ഞാനിയും സർവ്വവ്യാപിയും ആയിരിക്കുന്ന മഹാദൈവത്തെകുറിച്ചു ഇപ്രകാരമുള്ള നികൃഷ്ടബോധം, ശൈശവം മുതലെ മനസ്സിൽ കരേറ്റുന്ന ആചാരം, അയ്യോ! എത്ര കുറ്റകരമായുള്ളതു! തരിയോളം ബോധമുള്ള മനുഷ്യൻ തന്നെ സൃഷ്ടിച്ച ഭഗവാന്നു പകരം താൻ തന്നേ ഉണ്ടാക്കിയ ഒരു പാവെക്കു ആരാധന ചെയ്യുമോ? പതിന്നാലു ലോകങ്ങളിലുമുള്ള ചരാചര സൃഷ്ടികളായുള്ളോരേ, ഈ മഹാ പാതകത്തിങ്കൽ എന്നല്ല, ഈ തികഞ്ഞ ഭോഷത്വത്തിങ്കൽ ആശ്ചര്യപ്പെടുവിനോ, ആശ്ചര്യപ്പെടുവിൻ!

ഇങ്ങിനെ ഉള്ളിൽ വളരെ ദണ്ഡം കൊണ്ടപ്രകാരമുള്ള മുഖഭാവത്തോടു കുഞ്ചു പറഞ്ഞു നിറുത്തിയപ്പോൾ രാമപ്പണിക്കർ അളവെ ഒന്നു ഞെട്ടിയപ്രകാരം തോന്നി. പിന്നെ കുറെനേരത്തേക്കു ഒന്നും മിണ്ടിയതുമില്ല. അങ്ങനെയിരിക്കുന്ന മദ്ധ്യേ പറമ്പിൽ വെറ്റിലക്കൊടിക്കു തടം എടുത്തുകൊണ്ടു നിന്ന കോന്തിനായർ ഓടിവന്നു പണിക്കരുടെ മുമ്പിൽ മുന്നോട്ടു കുനിഞ്ഞുനിന്നു ഒരു കൈകൊണ്ടു വായ്പൊത്തിയും മറ്റെ കൈ പടിപ്പുരെക്കുനേരെ ചൂണ്ടിയുംകൊണ്ടു “അറിഞ്ഞില്ലെ! അതാ പടിപ്പുരയിൽ എഴുന്നെള്ളിയിരിക്കുന്നു!! മൂത്ത നമ്പൂതിരിപ്പാട്ടീന്നു! നെടുവേലി മന

ക്കലേ!" എന്നിങ്ങനെ എത്രയുംപയ്യെ മുറിച്ചുമുറിച്ചു പറഞ്ഞു. വഴിപോക്കരുടെ ഉപകാരത്തിനായിട്ടു പുറവശത്തു വിസ്താരമുള്ള തിണ്ണകളും ക്രാസിപ്പടികളുമായി പണിയിച്ചിട്ടുള്ള കൈതകപ്പള്ളിലേ പടിപ്പുരയിൽ തണലിളെപ്പാൻ കയറുന്ന വഴിക്കാരിൽ പലർ തങ്ങളുടെ വ്യവഹാരം കേൾപ്പാൻ താമസിച്ചിരിക്കയുണ്ടു. ചിലപ്പോൾ ആളുകൾ കൗതുകത്തോടെ കേട്ടുകൊണ്ടു വാതിൽ അടഞ്ഞു നില്ക്കുന്നതും കാണാം. മേൽപറഞ്ഞ മൂത്തനമ്പൂരി എവിടേക്കോ പോകുംവഴി പടിപ്പുരെക്കു സമീപിച്ചപ്പോൾ ഈ വാഗ്വാദംകേട്ടു. അദ്ദേഹം ഒരു ഉല്ലാസശീലനും തർക്കങ്ങൾക്കു രസവുംശേഷിയുമുള്ള ആളും ആകയാൽ കൂടെയുള്ള നായരെ ഭാവിച്ചിറങ്ങിയ കാര്യത്തിനു പറഞ്ഞയച്ചുംവെച്ചു "ആവുഃ തപിക്കിണു" എന്നുള്ള ഒഴികഴിവിന്മേൽ പടിപ്പുരയിൽ കയറി ഏറെനേരമായിട്ടു ശ്രദ്ധയോടെ ഞങ്ങളുടെ സംഭാഷണം കേട്ടുകൊണ്ടു ഇരിക്കയായിരുന്നു. അതു ഞങ്ങൾ ആരും ഗ്രഹിച്ചില്ല. എന്നാൽ മേൽചൊല്ലിയപ്രകാരം കോന്തിനായർ വന്നുപറഞ്ഞ ഉടനെ പണിക്കർ ഉരുണ്ടുപിരണ്ടു എഴുന്നേറ്റു, ഒരു കെട്ടുവെറ്റിലയും രണ്ടുമൂന്നു പുകയിലയും കുറെ പഴുക്കായും എല്ലാം എടുത്തുകൊണ്ടു ബദ്ധപ്പെട്ടു വെളിയിൽ ചെന്നു, ഒരു സൂചനിലയിന്മേൽ വെറ്റിലപാക്കു മുമ്പിൽവെച്ചു എത്രയും വണക്കത്തോടെ താണുതൊഴുതു നമസ്കരിച്ചു വായ്പൊത്തിനിന്നു.

നമ്പൂരി: നൊം വല്ഹാണ്ട നിന്റെ പടിപ്പുരയിൽ വന്നു വശ്ശായി കേട്ടുവൊ രാമൻ? വെയിലിന്റെ ഊഷ്മാവു അതികലശൽ. ഇനി നീലാണ്ടൻ വരുംവരെ ഇവിടെ താമസിക്കയന്ന്ഹെഃ

പണിക്കർ: അയ്യൊ! ഇവിടെ എഴുന്നെള്ളീട്ടുള്ള വസ്തുത അടിയൻ അറിഞ്ഞില്ലല്ലൊ. ഇപ്പോൾആണോ അടിയിരുത്തിയതു? ഇതുവരെ ഇവിടെ തനിച്ചായിരുന്നല്ലൊ കഷ്ടമെ!

നമ്പൂരി: വേണ്ടില്ലവേണ്ടില്ല, നേരംപോക്കു നന്ന് ഹെയിണ്ടായെല്ലൊ. അതാരാണ് നിന്നോടുകൂട അകത്തവിട സംസാരിച്ചതു?

പണിക്കർ: പുല്ലേലി കേശവപിള്ളയുടെ അനന്തിരവൻ, കുഞ്ചു എന്നു പറയും. തുലോം ചെറുപ്പമാണു.

നമ്പൂരി: (പയ്യെ) അവൻ ഒശ്ശി വ്യുല്പത്തിയില്ള കൂട്ടത്തിലാണൊ? ശബ്ദം സാമാന്യം നന്നു അല്ലഃ ഒരു വിധം അങ്ങിനെ–അഃ

പണിക്കർ: ശബ്ദംതന്നെ അല്ലാ, അവൻ പറയുന്ന കാര്യങ്ങളും നന്നുതന്നെയാണു. അല്പമെങ്കിലും തിരുമനസ്സുകൊണ്ടു കേൾപ്പാൻ ഇടയായൊ? ആശ്ചര്യം! ഇതുപോലെയുള്ള ജ്ഞാനവും ഇമ്മാതിരി യുക്തികളും അടിയന്റെ പഴവയസ്സിനിടയിൽ കേട്ടിട്ടില്ല.

ഇതു നമ്പൂരിപ്പാട്ടിലേക്കു ഒട്ടും ബോധിച്ചില്ല. ഇതിങ്കൽ മുഖം ഒന്നു കറുത്തു. അദ്ദേഹം വലിയ മുതലാളനും എത്രയും മാന്യനുമാകയാൽ തന്റെ വാക്കിങ്കൽ വിരുദ്ധം തോന്നുമെന്നു സംശയം ഉണ്ടായിരുന്നെങ്കിൽ പണിക്കർ അങ്ങിനെ പറകയില്ലായിരുന്നു. അയാൾ നിറുത്തിയ ഉടനെ,

നമ്പൂരി: അപ്പോ, ബിംബാശ്രയം അബദ്ധം എന്നില്ള മതം നണക്കും കടന്നുവോ? ഹായി ചാപല്യബുദ്ധിഃ! വിനാശകാലം തന്ന്ഹേഃ സംശയമില്ല. ആ ജ്ഞാനിയെ ഇവിടെ വിളി.

ഇതിങ്കൽ പണിക്കർ കൈകാട്ടി വിളിക്കയാൽ കുഞ്ചുപിള്ളയും വെളിയിൽ ചെന്നു, ആചാരഭക്തിയോടെ തൊഴുതു. എങ്കിലും പണിക്കർ കാണിച്ചതോടു ഒപ്പം വണക്കം ഉണ്ടായില്ല. അതിങ്കൽ തിരുവിളക്കേടിന്റെ ഭാവം അല്പം ഉണ്ടായി. അതോടുകൂടെ എന്നെ കണ്ടാൽ രസമായിരിക്കയില്ല എന്നു വിചാരിച്ചു ഞാൻ വെട്ടത്തു പോയില്ല.

നമ്പൂരി: (കുഞ്ചുവിനോടു) പുല്ലേലിയിടെ അനന്തരവനോ നീ?

കുഞ്ചു: അടിയൻ.

നമ്പൂരി: എന്താണു നീ പറയിണ വെടികളൊക്കേ? നിണക്കു ചില യുക്തികളിണ്ടെന്നു രാമൻ പറയിണു, ഉവ്വോ?

ഇതിനു കുഞ്ചു ഒന്നും ഉരിയാടിയില്ല.

നമ്പൂരി: കലിധർമ്മമാണു കേട്ടുവോ രാമൻ? ഭൂതലത്തിങ്കൽ അസത്തുക്കൾ വർദ്ധിക്ക, ചതി ചൗര്യകർമ്മങ്ങൾ അതിശാഠ്യം പരയുവതികാമം ക്രോധലോഭങ്ങൾ പാനചാപല്യം കലഹം മ്ലേച്ഛമതം നീചവിശ്വാസം ഈവഹകൾ ഒക്ക ഇണ്ടാമല്ലോ കലിക്ഷോഭത്തിങ്കൽ (പിന്നെ കുഞ്ചുവിനോടു തിരിഞ്ഞു) എന്താണു ബിംബത്തെ തൊഴുവാൻ നിണക്കിള്ള വ്യസനം? പൃഷ്ടാസ്ഥിക്കു വഴക്കക്കുറവു നന്ന്ഹേയിണ്ടെന്നു തോന്നിണു. അതിനു ഒന്നു ചെയ്കതന്നേ. നിണക്കു തൊഴുണതു ഒശ്ശി മദ്ധ്യമം എന്നുവരികിൽ ഈശ്വരന്മാർക്കു സലാംചെയ്തോളുക, അങ്ങിനെ ചില കുരങ്ങന്മാർ പ്രവൃത്തിപ്പാറിണ്ടു. (ഇവിടെ പണിക്കരോടു തിരിഞ്ഞു) രണ്ടു ദിവസം മുമ്പു ഒരു വികൃതി മനെക്കൽ വിരികയിണ്ടായി. അവൻ വെള്ളക്കാരനെ സേവിക്കുന്നവനെന്നുള്ള അഹമ്മതിക്കു നമ്മുടെ മുമ്പിൽ ഞെളിഞ്ഞു നിന്നു സലാം ചെയ്തു. അപ്ഹൊഴാട്ടി വെളിയിലിറക്കി നോം––വിഡ്ഢിയെ.

ഇതു താൻ മുമ്പെ തൊഴുതപ്പോൾ കുനിഞ്ഞതു മതിയായ്കയാലുള്ള നീരസവാക്കു എന്നു കുഞ്ചുപിള്ള ഗ്രഹിച്ചു. എങ്കിലും ചളിപ്പുകൂടാതെ ഉത്തരം പറഞ്ഞതു,

തൊഴുന്ന ആളിന്റെ ദേഹം വഴങ്ങിയതു എത്രത്തോളം എന്നു ഈശ്വരൻ കണക്കു നോക്കുന്നില്ല എന്നാണു അടിയന്റെ അല്പബുദ്ധിയിൽ തോന്നുന്നതു. അദ്ദേഹം ആത്മാവാകയാൽ ഹൃദയത്തിൽ ഭക്തി പൂണ്ടു ഭജിക്കുന്നതു ആരോ അവരിൽ താൻ പ്രസാദിക്കും. എന്നാൽ ഹൃദയ വന്ദനെക്കു ബിംബം ആവശ്യമില്ല. എന്നുമാത്രവുമല്ല, അരൂപിയുടെ സ്വരൂപംചമെക്ക എന്നതു വാക്കിൽ തന്നെ പരസ്പരവിരോധവും കേവലം ഭോഷത്വവുമാണു.

ഈ ശങ്കതീർന്നുള്ള സംസാരത്തിങ്കൽ നമ്പൂരിപ്പാട്ടിലേക്കു വളരെ കോപമുണ്ടായി എന്നു പറഞ്ഞേ കഴിവെന്നില്ലല്ലൊ. ആ ദേഹം വപ്പുകടിച്ചുകൊണ്ടു ഒരു വെറ്റില എടുത്തു കുറെനേരത്തേക്കു തിരുമ്മി തെറുക്കുന്നതു കണ്ടു, ചുണ്ണാമ്പു തേക്കാതെ വെറും വെറ്റില തെറുക്കുന്നതിന്റെ സാദ്ധ്യം എന്തെന്നു വിചാരിച്ചുകൊണ്ടു ഞാൻ കിളിവാതിലിൽക്കൂടി നോക്കി നില്ക്കയിൽ നമ്പൂരി മുന്നോട്ടുആഞ്ഞു ഒരു വെറ്റിലകൊണ്ടു ക്രാസിപ്പടിമേൽ ഏതാണ്ടൊന്നു എഴുതി “ഇതെന്താണു? നോക്കുക” എന്നു കുഞ്ചുപിള്ളയോടു പറഞ്ഞു. അയാൾ നോക്കീട്ടു, ‘ക’ എന്ന അക്ഷരമെന്നു മറുപടി ചൊല്ലി.

നമ്പൂരി: എന്താണു അക്ഷരം എന്നുപറയിണ സാധനം?

കുഞ്ചു: ശബ്ദത്തെ പ്രതിരൂപിക്കുന്ന അടയാളം.

നമ്പൂരി: ശബ്ദം അരൂപിയോ സ്വരൂപിയോ?

കുഞ്ചു: അരൂപിയാണു.

നമ്പൂരി: ഹൂ! എന്തങ്ങിനെ വരുവാൻ? അരൂപിയായിരിക്കിണ ശബ്ദത്തെ പ്രതിരൂപിപ്പാൻ അക്ഷരം ഒരു സ്വരൂപമായി ഭവിപ്പാൻ സംഗതി എന്തു? അതു പരസ്പരവിരോധം അല്ലെ--കുശ്ശവൻ!

ഇതിനു കുഞ്ചുപിള്ള ഒന്നും പറയാതെ അല്പനേരത്തേക്കു നെറ്റി ചുളുക്കി നില്ക്കുന്നതു കണ്ടു.

മൂത്ത നമ്പൂരി പിന്നെയും പറഞ്ഞതു, "അക്ഷരം ബ്രഹ്മകല്പിതമാണു. എന്തിനായിട്ടെന്നുവച്ചു കഴിഞ്ഞാൽ, ഓരോരോ അക്ഷരങ്ങളെ കാണുമ്പോൾ അതാതിന്റെ ശബ്ദത്തെ ഓർക്കെണം. ആ വഹെക്കു കല്പിച്ചിരിക്കുന്നതാണു. ബിംബങ്ങളും അതുപോൽ തന്ന്ഹെയെന്നു ഗ്രഹിച്ചോളുകേ വേണ്ടു. ഈശ്വരസ്മരണയില്ലാതെ നടക്കിണ ആളുകളിണ്ടല്ലൊ, അവർക്കു ഒരു ഓർമ്മ ഇണ്ടാവാൻ ഈശ്വരൻ തന്നെ നിയോഗിച്ചിട്ടുള്ളതാണു."

ഇതുകേട്ടപ്പോൾ അവിടെ കൂടിനിന്ന ജനങ്ങൾ ഒക്കെയും നമ്പൂരിപ്പാട്ടിലെ യുക്തി എത്രയും ദിവ്യമായുള്ളതെന്നു ചൊല്ലി അതിന്റെ ഗംഭീരതയെകുറിച്ചു ആശ്ചര്യപ്പെട്ടു. പാലെക്കാട്ടുവെച്ചു രണ്ടു ധ്വരമാരെ ഇതിനാൽ മൊഴിമുട്ടിച്ച വിവരവും അദ്ദേഹം പറഞ്ഞുകേൾപ്പിച്ചു. ഇതിനു ശരിയായ ഉത്തരംതോന്നാതെ ബഹുജനങ്ങളുടെ സമുക്ഷത്തുവെച്ചു എന്റെ കുഞ്ചുപിള്ള നാണംകെടുവാൻ സംഗതിവന്നേക്കുമോ എന്നു ഞാൻ പെരുത്തോരുവിചാരത്തോടെ നില്ക്കയിൽ രാമപ്പണിക്കർ കുഞ്ചുവിന്റെ അരികത്തോട്ടു ചേർന്നു, "കല്പിച്ചതുകേട്ടോ? ഈ യുക്തിക്കു നീ എന്തുപറയുന്നു?" എന്നു ചോദിച്ചു.

കുഞ്ചു: ഇതിനെ ഒരു യുക്തി എന്നുപറവാൻ ന്യായമുള്ളതല്ല, യുക്തി എന്ന പദം യുജ് എന്ന ധാതുവിൽനിന്നു ഉത്ഭവിച്ചതാണു. യുജ് യോജിക്ക എന്നിങ്ങിനെ അതിന്റെ പോക്കു. അതുകൊണ്ടു കാര്യത്തിനു യോജിക്കാത്തതിനെ യുക്തി എന്നു പറഞ്ഞുകൂടാ.

പണിക്കർ: ഹെയി, നീ ഒന്നു ഓർത്തുനോക്കീട്ടു പറ. ശബ്ദം അരൂപി. അക്ഷരം അതിന്റെ പ്രതിമ. ഈശ്വരൻ അരൂപി. ബിംബം അദ്ദേഹത്തിന്റെ—

കുഞ്ചു: മതിയേ, കേട്ടല്ലൊ. കാര്യങ്ങൾ തമ്മിലുള്ള ഭേദം ഒന്നും വിചാരിക്കാതെ ചേർച്ചതന്നേ നോക്കിപ്പോയാൽ മതിയോ? ശബ്ദവും ഈശ്വരനും തമ്മിൽ അരൂപിത്വം എന്നൊരു സംഗതിയിൽ ചേർച്ചയുണ്ടെന്നു വരികിലും എന്തുഭേദമിരിക്കുന്നു! ആ ഭേദം മനസ്സിലായാൽ ഈ രണ്ടു അരൂപികളെതമ്മിൽ ഉപമിച്ചുപറവാൻ ഒരുത്തനു തോന്നുകപോലുമില്ല. ശബ്ദമെന്നുവച്ചാൽ എന്തൊരു അരൂപിയാണു? അതിനു ഇഷ്ടമൊ അനിഷ്ടമൊ വല്ലതും ഉണ്ടോ? അതിനെ സംബന്ധിച്ചു ഇന്നതേ ചെയ്യാവൂ ഇന്നതു ചെയ്തുകൂടാ. അല്ലാതെ ചെയ്താൽ ശബ്ദം കോപിക്കും എന്നു പറവാനുണ്ടോ? നമ്മുടെ ഹിതംപോലെ എന്തെങ്കിലും ശബ്ദത്തിന്റെ കാര്യ

ത്തിൽ ചെയ്തുകൊള്ളാകുന്നതാണു. എന്നാൽ മഹാദൈവത്തിന്റെ അവസ്ഥ അങ്ങിനെ അല്ലല്ലോ. അദ്ദേഹത്തെ സംബന്ധിച്ചുള്ള കാര്യത്തിൽ നമുക്കു ഒത്തവണ്ണം യാതൊന്നും പ്രവൃത്തിച്ചുകൂടാ, അതുകൊണ്ടു ശബ്ദ ങ്ങൾക്കു അക്ഷരങ്ങൾ ഉണ്ടാക്കിയിരിക്കുന്നതുപോലെ ഈശ്വരന്റെ പേർക്കു ബിംബങ്ങളെ ഉണ്ടാക്കാമെന്നു ഭാവിക്കുന്നു എങ്കിൽ അതെന്തുപോലെ ഇരിക്കുമെന്നു അറിഞ്ഞോ? മരത്തെപോലെ മനുഷ്യനും ഒരു സ്വരൂപി യാകകൊണ്ടു ഈ സ്വരൂപികൾ രണ്ടിനോടും ഒരുപോലെ പ്രവൃത്തിക്കാം എന്നുവിചാരിക്കുന്നതുപോലെ ഇരിക്കും. രണ്ടു അരൂപികളെ ഒരുപോലെ വിചാരിക്കാം എങ്കിൽ രണ്ടു സ്വരൂപികളെ അങ്ങിനെ വഹിയാ എന്നു എന്താണു? ആ നില്ക്കുന്ന അരയാൽ വൃക്ഷം ഒരു സ്വരൂപിയാണു. കൈതകപ്പെള്ളിൽ രാമപ്പണിക്കരു ഒരു സ്വരൂപിയാണു. എന്നാൽ അര യാലിന്റെ ഇല പറിക്കാം, തൊലി ചെത്താം, കൊമ്പുമുറിക്കാം, ചുവടെ വെട്ടാം. ഈ എണ്ണങ്ങളിൽ ഏതാനുമൊന്നു അങ്ങോട്ടു ആകാമോ?

ഇവിടെ പണിക്കർക്കു ഊറിച്ചിരിവന്നു. നമ്പൂരിപ്പാട്ടിലെ മുഖം വളരെ വല്ലാതാകയുംചെയ്തു. കുഞ്ചു പിന്നെയും പറഞ്ഞതു, “ഉണിക്കോരനെ കുറിച്ചുള്ള കഥ ഓർക്കുന്നുണ്ടോ? പുകെഞ്ഞ പുറം തല്ലേണം” എന്നു നമ്പൂരി യശ്ശൻ പണ്ടു മനെക്കു തീപിടിച്ചപ്പോൾ കല്പിച്ചിരുന്നതു ഓർത്തുംകൊണ്ടു അവൻ അന്തർജ്ജനത്തിന്റെ പുറത്തു അടിപ്പാൻ ഇടവന്നതു ഈ മാതിരി വ്യവഹാരംതോന്നുക നിമിത്തം ആയിരുന്നു. അഗ്നിബാധയിങ്കൽ കത്തി പ്പുകയുന്ന ഇല്ലത്തിന്റെ പുറവും ചൂടുവെള്ളംകൊണ്ടു കുളിക്കയാൽ ആവി പുറപ്പെട്ടിരുന്ന അകത്താരമ്മയുടെ പുറവും തമ്മിലെ ചേർച്ചമാത്രമേ അവൻ നോക്കിയുള്ളൂ. ഭേദം വിചാരിച്ചില്ല. അങ്ങിനെയുള്ളവർ എത്ര അബദ്ധ ന്മാരെന്നു കാണിപ്പാനല്ലൊ ഉണിക്കോരന്റെ കഥ ഉണ്ടാക്കിയിരിക്കുന്നതു.

കുഞ്ചുപിള്ള ഇതു പറഞ്ഞു നിറുത്തിയപ്പോൾ നമ്പൂരിപ്പാടു ദുർമ്മു ഖത്തോടെ അയാളെ തുറിച്ചുനോക്കി, ഒന്നുരണ്ടു മുക്കിയുംവെച്ചു എഴു ന്നേറ്റു “ഇനി പകൽ എന്തുകാണും” എന്നു ആരോടും അല്ലാത്ത വിധത്തിൽ ചോദിച്ചുകൊണ്ടു വെളിയിൽ ഇറങ്ങി ചുവടുഅളന്നു. പിന്നെ തെ–ജോ, ഗാ–ഥീ, –ഗോ–പ്താ, എന്നിങ്ങിനെ അടിയളവു വാക്യം ചൊല്ലി വിരലിന്മേൽ കണക്കുപിടിച്ചിട്ടു, “ഓഹോ! രാഹുവേള കഴിഞ്ഞിരിക്കിണു. ഗുരുവായൂർക്കു പുറപ്പെടാൻ വൈകിപ്പോയി. ആ നീലാണ്ടൻ–വികൃതിഎവിടെ പോയി കിടക്കുണൂ? ഒശ്ശിയായല്ലൊ അവൻ പോയിട്ടു, സ്വപിക്കിണോ കള്ളൻ” (പിന്നെ പണിക്കരോടു) “അവനെ കണ്ടാൽ ശീഘ്രം വരുവാൻ പറ” എന്നു കല്പിച്ചു, ഉടനെ കുടയും എടുത്തു യാത്രയാകയും ചെയ്തു. ഇതിങ്കൽ കൂടിനിന്ന ജനങ്ങളും പിരിവാനുള്ള വട്ടമായി, അപ്പോൾ അവിടെ ഒരു സംഗതി ഉണ്ടായതു പ്രത്യേകിച്ചു വിവരിപ്പാൻ തക്ക മഹിമയുള്ളതാക കൊണ്ടു, ആയതു ഈ ചെറു പുസ്തകത്തിൽ ഇനിയത്തേഭാഗമായി ചേർത്തുകൊള്ളുന്നു.

മൂന്നാം ഭാഗം

വഴിക്കാർ കൂടി നിന്നവർ അവരവരുടെ ഭാണ്ഡം ചമടു, കുട, മാറാപ്പു മുതലായതു എടുക്കുന്നിടയിൽ ആൽത്തറമേൽ ഇരുന്നതിൽ രണ്ടു ബാല്യക്കാർ രാമപ്പണിക്കരുടെ മുമ്പിലോട്ടുവന്നു, സലാംചെയ്തുംവെച്ചു ഒരു പാട്ടുതുടങ്ങി. മെരിശായും തലപ്പാവും ധരിച്ചും ഉടുപ്പിൽ മഹാസ്വചര നായുമുള്ളോരു നെടിയമനുഷ്യനും അവരുടെ പിറകിൽ വന്നുചേർന്നു നിന്നു. അയാളും കുഞ്ചുപിള്ളയും തമ്മിലെ നോട്ടപ്പകർച്ചയാൽ അവർ തമ്മിൽ അറിമുഖക്കാരെന്നു തോന്നി. പാട്ടുപാടുന്ന ആ ബാല്യക്കാരുടെ സംഗീത മാധുര്യം അമ്പോ! എന്തുപറവതു! കുയിൽ നാദം നാണിച്ചു പോകത്തക്ക ഈ മനോഹരഗീതം കേട്ടപ്പോൾ ആളുകൾ പിരിവാൻ ഭാവിച്ചവർ അത്രപേരും ആനന്ദമത്തരായി തിരിഞ്ഞുനിന്നു. അർത്ഥം തെളിവില്ലാത്ത കൊടുന്തമിഴ് എങ്കിലും യേശുകർത്താവിന്റെ തിരുനാമങ്ങൾ പാട്ടിൽ കൂടക്കൂടെ വന്നതിനാൽ ക്രിസ്തുവേദ സംബന്ധമായൊരു ഗീതമെന്നു ഞാൻ അറിഞ്ഞു. പാട്ടുകാർ നിറുത്തിയപ്പോൾ 'ഇനി ഇതിന്റെ അർത്ഥം കുറഞ്ഞോന്നു വിവരിച്ചുകേട്ടാൽ കൊള്ളായിരുന്നു കൊൽപോർട്ടിയാരേ' എന്നു കുഞ്ചുപിള്ള പറഞ്ഞു. വേദ പുസ്തകങ്ങൾ വില്ക്കുന്ന ശേവക്കാരനെന്നു അപ്പോൾ ഇനിക്കു മനസ്സി ലായി. ആ നെടിയ ആൾ താഴെവരുന്ന പ്രകാരം പാട്ടിലെ അർത്ഥം പറഞ്ഞു കേൾപ്പിച്ചു: തന്റെ പറച്ചിലിന്നിടയിൽ ആ ബാല്യക്കാരെകൊണ്ടു ഇട യ്ക്കിട പാടിക്കയുമുണ്ടു. കോൽപോർട്ട്യർ പറഞ്ഞു തുടങ്ങിയതാവിതു:-

ഹിമവാൻ പർവ്വതത്തിങ്കൽനിന്നു വടക്കുപടിഞ്ഞാറു യഹൂദിയ എന്നു പറയുന്ന നാട്ടിൽ ആയിരത്തെണ്ണൂറ്റിചില്വാനം സംവത്സരം മുൻപു ഒരു വിസ് മയജനനം ഉണ്ടായി. ഭൂമിക്കു ഇരുൾനീക്കുവാൻ ഉദിക്കുന്ന ആദിത്യനെ പോലെ അജ്ഞാനം എന്ന കൂരിരുൾ മാറ്റി സത്യജ്ഞാനം നല്കുന്നോരു പരമഗുരു പിറന്നു. "തിരുവവതാരമാഹാത്മ്യം" എന്നു പറയുന്ന ഈ പാട്ടിൽ

അദ്ദേഹത്തിന്റെ ജീവവൃത്താന്തമാണു തമിഴ് കവി പാടിയിരിക്കുന്നതു. ഈ മഹാഗുരു ഒരു കന്യകയുടെ പുത്രനാണു. അവളെ ഒരു പുരുഷൻ കല്യാണംകഴിപ്പാൻ തമ്മിൽ പറഞ്ഞൊത്തു മംഗല്ല്യപൂർത്തിക്കായിട്ടു കാത്തിരിക്കുന്ന മദ്ധ്യേ പെണ്ണു ഗർഭിണിയായിരിക്കുന്നു എന്നു അദ്ദേഹത്തിന്നു അറിവുകിട്ടി. യോസേപ്പു എന്നു പുരുഷന്റെ പേർ. സ്ത്രീക്കു പേർ മറിയ എന്നും. ഇവർ രണ്ടാളും യഹൂദകുലത്തിൽ ദാവീദു എന്നു പണ്ടു പ്രസിദ്ധനായിരുന്നോരു രാജാവിന്റെ വംശത്തിലുള്ളവരാണു. യഹൂദകുലം എന്നുവെച്ചാൽ കൊച്ചിയിൽ യൂദഭാഗത്തു പാർക്കുന്ന ജാതിക്കാർതന്നെ. തന്റെ വാഗ്ദത്ത മനവിയുടെ പേരിൽ കേട്ട ഈ ശ്രുതിയിങ്കൽ യോസേപ്പിനു വലിയോരു മനോകുണ്ഠിതം ഉണ്ടായി. “കഷ്ടം! ഇനിക്കു ഇങ്ങിനെ ഭവിച്ചുവല്ലൊ. ഈശ്വരഭക്തയെന്നും സന്മാർഗ്ഗവൃതക്കാരിയെന്നും ഞാൻ വിശ്വസിച്ചിരുന്നവൾ ഈ വിധമല്ലൊ പ്രവൃത്തിച്ചതു. അവളെ നമുക്കിനി വേണ്ടാ. പതിവൃതാഭംഗം ചെയ്ത ജന്തുവിനെ ഉപേക്ഷിക്കേ പാടുള്ളൂ” എന്നിങ്ങിനെ അദ്ദേഹം ഉൾതാപത്തോടെ ചിന്തിച്ചുകൊണ്ടു രാത്രി കിടന്നുറങ്ങുകയിൽ ഒരു പരമദൂതൻ സ്വപ്നത്തിൽ പ്രത്യക്ഷനായി “ദാവീദു പുത്രനായ യോസേപ്പേ നിന്റെ വാഗ്ദത്ത ഭാര്യയെ ത്യജിക്കരുതു. പരിശുദ്ധാത്മാവിന്റെ ശക്തിയാൽ ദൈവപുത്രൻ അവളിൽ ഉല്പാദിച്ചിരിക്കയാണു. അവൾ പ്രസവിക്കുന്ന കുട്ടിക്കു യേശു എന്നു പേരിട്ടുകൊള്ളേണം” എന്നി പ്രകാരം ദൂതൻ കല്പനയായതിൻവണ്ണം യോസേപ്പു പ്രസാദത്തോടുചെന്നു, തന്റെ ഇഷ്ടപത്നിയേ വിളിച്ചു സ്വന്തം വീട്ടിൽ കൊണ്ടുവന്നു പാർപ്പിച്ചു. എങ്കിലും പ്രസവംകഴിയുംവരെ തമ്മിൽ സാഹിത്യത കൂടാതെ വസിച്ചു. സമയമായപ്പോൾ കന്യക പെറ്റു. ഒരാൺകുട്ടി. ദൂതനിയോഗപ്രകാരം യേശു എന്നു പേരും ഇട്ടു. യേശു എന്ന പദത്തിനു രക്ഷിതാവു എന്നു അർത്ഥമാണു. മനുഷ്യകുലത്തെ പാപം എന്ന മഹാദുരിതംനീക്കി രക്ഷിക്കുന്ന ആൾ എന്നുതന്നേ. ഇതല്ലൊ രക്ഷകളിലേക്കു വലുതായ രക്ഷ–യേശുവിന്റെ ബാലതയിലെ വൃത്താന്തങ്ങൾ സുവിശേഷത്തിൽ പ്രസ്താവിച്ചിട്ടില്ല. ഒരു സംഗതിമാത്രം വിവരിച്ചിട്ടുള്ളതിനെ പാട്ടിലും പറയുന്നുണ്ടു. കന്യകമറിയയെ വേട്ടതുകൊണ്ടു യേശുവിന്റെ അച്ശനെന്നു ജനശ്രുതി ആയിരുന്ന യോസേപ്പു തന്റെ ഭാര്യയുമായി യരുശലേം എന്ന മഹാപട്ടണത്തിലെ ദൈവാലയത്തിൽ ആണ്ടുതോറും ഉത്സവം ഘോഷിപ്പാൻ പോകും. യേശുകുഞ്ഞിനു പന്ത്രണ്ടു വയസ്സായകാലം അവർ മകനെ കൂടെ അടിയന്തിരത്തിനു കൊണ്ടുപോയി ഏഴെട്ടു ദിവസത്തെ ഉത്സവം ഉള്ളതുകഴിഞ്ഞു അവർ സ്വദേശത്തിനു മടങ്ങി പോകുമ്പോൾ എങ്ങിനെയോ അവരും മകനും തമ്മിൽ വേർപെടുവാൻ സംഗതിവന്നു. തന്നൂരിൽ നിന്നു പോന്നിട്ടുള്ള അയല്ക്കാർ സംബന്ധികൾ മുതലായവരുടെ കൂട്ടത്തിൽ ഉണ്ടു എന്നു കരുതിക്കൊണ്ടു യോസേപ്പും മറിയയും ഒരു ദിവസത്തേ വഴി പോന്നു. അന്നു അന്തിയുറങ്ങുവാനുള്ള താവളത്തിൽ എത്തി അന്വേഷണം തുടങ്ങിയപ്പോൾ മാത്രമേ മകൻ കൈവിട്ടുപോയി എന്നുള്ള വ്യസന സംഗതി അറിഞ്ഞുള്ളു. ആ രാത്രി മഹാ വ്യഥയിൽ കഴിച്ചുകൂട്ടി നേരംവെളുപ്പി

ച്ചെന്നു വരുത്തിക്കൊണ്ടു ഇരുവരും തിരിച്ചുനടന്നു. വൈകിയപ്പോൾ യരുശലേമിൽ എത്തി. പിറ്റെ ദിവസം രാവിലെ ദൈവാലയത്തിന്റെ പ്രാകാരങ്ങൾ തോറും തിരക്കങ്ങൾ ചെയ്തുനടക്കുമ്പോൾ അവിടെ ഒരു മാന്യസ്ഥലത്തു വലിയോരു വൈദീകസംഘംകൂടി വേദാർത്ഥങ്ങളെകൊണ്ടു സംഭാഷിക്കുന്ന സഭാമദ്ധ്യേ അതാ ഇരിക്കുന്നു യേശുകുഞ്ഞും. അവരുടെ വ്യവഹാരങ്ങളിൽ താനും പ്രവേശിച്ചു നിപുണതയോടെ സംസാരിക്കുന്നുണ്ടു. അവരോടു ചില കാര്യങ്ങൾ എളിമയിൽ ചോദിക്കുന്നുമുണ്ടു. കേട്ടിരിക്കുന്നവർ എല്ലാം അത്യന്തം വിസ്മയിച്ചു "ഈ ബാലകൻ ഏതു? ഇത്ര ചെറുപ്പത്തിലെ ഇപ്രകാരമുള്ള കാര്യബോധവും ജ്ഞാനവും മുതിർന്നിരിക്കുന്ന ഈ അമാനുഷപ്പൈതൽ ആരുടെ മകൻ" എന്നിങ്ങനെ സർവ്വരും ആശ്ചര്യം കൂറിയിരിക്കും വിഷയത്തിങ്കലാണു അമ്മയച്ഛന്മാരുടെ ചെലവു: "എന്റെ മകനേ, നീ എന്തിപ്രകാരം ഞങ്ങളോടു ചെയ്‌വാൻ? ഇന്നു മൂന്നു നാളായല്ലൊ നിന്റെ അച്ഛനും ഞാനും വ്യസനത്തോടെ നിന്നെ അന്വേഷിച്ചു നടക്കുന്നു" എന്നുപറഞ്ഞുകൊണ്ടു അമ്മ അടുത്തുചെന്നു. "നിങ്ങൾ എന്തിനു എന്നെ അന്വേഷിച്ചു? ഞാൻ എന്റെ പിതാവിന്റെ വേലയിൽ ഇരിക്കേണ്ടവൻ എന്നു അറിഞ്ഞില്ലയോ?" എന്നാണു അതിനു മറുപടി ചൊല്ലിയതു. എങ്കിലും അമ്മ വിളിച്ച ഉടനെ എഴുന്നേറ്റുകൂടെ പോയി മാതാപിതാക്കന്മാരുടെ ചൊല്ക്കീഴ് അമർന്നു അനുസരണഭക്തിയോടെ പാർത്തു. അങ്ങനെ മുപ്പതുവയസ്സു പ്രായമായി.

അക്കാലം യോഹന്നാൻ സ്നാപകൻ എന്നൊരു മഹാമുനി ആ നാട്ടിൽ ഉണ്ടു. അദ്ദേഹം യേശു പിറക്കുന്നതിനു ആറുമാസം മുമ്പു ദൈവനിയോഗത്തിൻപടി ജനിച്ചവനും യഹൂദകുലം പുരാതനമായി നോക്കിപ്പാർത്തിരുന്ന ദിവ്യരക്ഷകൻ തന്റെ പിറകേവരുന്നുണ്ടെന്നു അവരോടു അറിയിച്ചു, ഈ യേശു മഹാരാജന്റെ എഴുന്നേള്ളത്തിന്നു വഴി ഒരുക്കുവാൻ എന്നപോലെ മുൻകൂട്ടിവന്നവനും ആയിരുന്നു. തന്റെ പിന്നാലെ വരുന്ന സ്വർഗ്ഗീയരാജാവിന്റെ ഭാഗ്യാധിപത്യത്തിൽ ഉൾപ്പെടുവാൻ ഇച്ഛയുള്ളവർ ദുർമ്മാർഗ്ഗങ്ങളെ വെടിഞ്ഞു സന്മാർഗ്ഗികളായി നടക്കെണമെന്നും അതിന്നു സമ്മതമുള്ളവരെ സ്നാനപ്പെടുത്തുവാൻ തനിക്കു ഭഗവാന്റെ കല്പനയുണ്ടെന്നും മറ്റും ഈ യോഹന്നാൻമുനി യഹൂദരോടു പ്രസംഗിച്ചു. അദ്ദേഹത്തിന്റെ ഊറ്റപ്പെട്ട പ്രസംഗങ്ങളെയും കൂർമ്മതയേറും ശാസനകളെയും കേട്ടു യഹൂദവൃന്ദങ്ങൾക്കു വലിയ ഇളക്കം തട്ടി. ബഹുജനം വന്നുശിഷ്യപ്പെട്ടു തന്നോടു സ്നാനം ഏല്ക്കയും ചെയ്തു. ഈ സല്ക്കർമ്മം കഴിവാനായിട്ടു യോഹന്നാന്റെ അടുക്കൽ വരുന്ന ആൾക്കൂട്ടത്തിൽ യേശുതമ്പുരാനും വന്നു സ്നാനം ഏറ്റു. ഇതു യോർദ്ദാൻ എന്നൊരു നദിയിൽവെച്ചു ആയിരുന്നു. യേശു തിരുസ്നാനം കഴിഞ്ഞു നദിയിൽനിന്നു കരേറുമ്പോൾ ആകാശമണ്ഡലത്തിൽ ഒരു വാതിൽ തുറന്നു. ആയതിൽകൂടി ഒരു വെള്ളപ്രാവു കീൾപ്പോട്ടു പറന്നിറങ്ങി യേശുവിന്റെ ശിരസ്സിൽ വന്നിരുന്നു മറകയും ചെയ്തു. അതോടുകൂടെ "ഇവൻ എന്റെ പ്രിയ പുത്രനാകുന്നു. ഇവനിൽ ഞാൻ പ്രസാദി

ച്ചിരിക്കുന്നു" എന്നു മേൽലോകത്തിൽനിന്നു ഒരു അശരീരിവാക്കും ഉണ്ടായി. രാജപട്ടം മുതലായ ഉയർന്ന സ്ഥാനങ്ങൾക്കു അഭിഷേകം പതിവുള്ള പ്രകാരം ദൈവാത്മാവു യേശുവിന്റെ തലയിന്മേൽ പട്ടാഭിഷേകത്തിന്നുള്ള തൈല മായിട്ടു പ്രാവുരൂപത്തിൽ ഇറങ്ങുകയായിരുന്നു. ഈ സ്വർഗ്ഗീയതൈലം കൊണ്ടു അഭിഷേകം ഏറ്റ ആളാകയാൽ അഭിഷിക്തൻ എന്നു അർത്ഥമുള്ള മശിഹാ എന്നും ക്രിസ്തു എന്നുമുള്ള നാമധേയങ്ങളും തനിക്കു ഉണ്ടു. മശിഹാ എന്നതു എബ്രായ ഭാഷയും ക്രിസ്തു യവനഭാഷയുമാണു. രണ്ടിന്നും അർത്ഥം ഒന്നുതന്നേ. ഇങ്ങനെ ശ്രീയേശു മുപ്പതാംവയസ്സിൽ അഭിഷേകം ഏറ്റു തന്റെ അതിമഹത്തായ ദിവ്യവേലെ ആരംഭിച്ചു. ഹാ! മൂന്നു മൂന്നര കൊല്ലത്തോളം യഹൂദരുടെ നാട്ടിൽ സർവ്വദാ സഞ്ചരിച്ചുകൊണ്ടു താൻ ചൊല്ലിയതും പഠിപ്പിച്ചതും പ്രവൃത്തിച്ചതുമായ എണ്ണങ്ങളെ വിചാരിക്കുമ്പോൾ ഓരോന്നിൽ വിളങ്ങിക്കാണുന്ന അമാനുഷജ്ഞാനം അളവറ്റ ശക്തിയും അത്യുത്തമശീലം അവർണ്ണനീയ ഭംഗിയും– എന്റെ മഹാലോകരേ എന്തു പറവതു! ഉത്സവത്തിൽ വേദപുസ്തകങ്ങൾ വില്പാനായിട്ടു ഗുരുവായൂർക്കു ഝടുതിയിൽ പോകുന്ന യാത്രയാകകൊണ്ടു ഏറെനേരം നിന്നു സംസാ രിപ്പാൻ ഇനിക്കു അവസരം ഇല്ലെങ്കിലും കുറെഞ്ഞോന്നു പറഞ്ഞുകേൾപ്പി ക്കാം. ഈ മഹാഗുരുവിന്റെ ഉപദേശങ്ങളിൽ ചിലതു കേട്ടുകൊണ്ടാലും:

"ആത്മാവിൽ സാധുക്കളായവർ ഭാഗ്യവാന്മാർ. സ്വർഗ്ഗലോകം അവർക്കു ള്ളതല്ലൊ. താന്താങ്ങളുടെ പാപത്തെക്കുറിച്ചു വ്യസനിച്ചു കരയുന്നവർ ഭാഗ്യവാന്മാർ; അവർക്കു ആശ്വാസം ലഭിക്കും. സൗമ്യശീലർ ഭാഗ്യവാന്മാർ; അവർ ഭൂമിയെ അവകാശമായി അനുഭവിക്കും. ഹൃദയ ശുദ്ധിയുള്ളവർ ഭാഗ്യ വാന്മാർ; അവർ ദൈവത്തെ കാണും. എന്റെ നിമിത്തം മനുഷ്യർ നിങ്ങളെ ധിക്കരിക്കയും ഉപദ്രവിക്കയും ചെയ്യുമ്പോൾ നിങ്ങൾ ഭാഗ്യവാന്മാരത്രെ. അപ്രകാരമുള്ള കഷ്ടതകൾക്കു സംഗതിവന്നാൽ നിങ്ങളുടെ പ്രതിഫലം സ്വർഗ്ഗലോകത്തിൽ വളരെ എന്നോർത്തു ഉല്ലസിച്ചു നൃത്തംചെയ്വിൻ.

"നിങ്ങളുടെ ശത്രുക്കളെ സ്നേഹിപ്പിൻ; നിങ്ങളെ ശപിക്കുന്നവരെ അനുഗ്രഹിപ്പിൻ; നിങ്ങളെ ദ്വേഷിക്കുന്നവർക്കു ഗുണംചെയ്വിൻ; നിങ്ങളെ ഉപദ്രവിക്കുന്നവർക്കുവേണ്ടി ഭഗവാനോടു പ്രാർത്ഥിപ്പിൻ; ദോഷികളോടു തിരിഞ്ഞുനിന്നു പിണങ്ങരുതു; വലത്തു കവളിൽ നിന്നെ അടിക്കുന്ന വന്നു ഇടത്തേതും കാണിച്ചുകൊടുക്ക.

മറ്റുള്ളവർ ഇങ്ങോട്ടു എന്തെല്ലാം ചെയ്യേണമെന്നു നിങ്ങൾ ഇച്ഛി ക്കുന്നുവോ ആയതൊക്കെ നിങ്ങൾ അങ്ങോട്ടും ചെയ്വിൻ. യാചിക്കുന്ന എല്ലാവന്നും കൊടുക്ക; നിന്നോടു കടം വാങ്ങുവാൻ ഇച്ഛയുള്ളവ നിൽനിന്നു തിരിഞ്ഞുകളകയുമരുതു.

മനുഷ്യപ്പുകഴ്ച ലഭിക്കേണ്ടതിന്നായി യാതൊരു സൽക്രിയയും ചെയ്യാതിരിപ്പാൻ സൂക്ഷിച്ചുകൊൾവിൻ. സ്തുതിമോഹിച്ചു സുകൃതം ചെയ്യുന്നവർക്കും ഈശ്വരങ്കൽനിന്നു യാതൊരു പ്രതിഫലവും ലഭിയാ. അതുകൊണ്ടു നീ ധർമ്മം കൊടുക്കുമ്പോൾ നിന്റെ വലത്തുകൈ ചെയ്യു ന്നതിനെ ഇടത്തുകൈ അറിയരുതു.

ഒരു സ്ത്രീയെ മോഹിപ്പാനായിട്ടു നോക്കുന്നവൻ തന്റെ ഹൃദയം കൊണ്ടു അവളുമായി വ്യഭിചരിച്ചിരിക്കുന്നു. അന്യനോടു മനസ്സിൽ പക വെക്കുന്നവൻ കുലപാതകൻ എന്നു എണ്ണപ്പെടും.

മറ്റൊരുവന്റെ വീഴ്ചകളെ നോക്കുംമുമ്പിൽ സ്വന്തം കുറ്റങ്ങളെ അറിഞ്ഞുനീക്കേണം. നിന്റെ കണ്ണിൽ കോൽഇരിക്കുമ്പോൾ അന്യ കണ്ണിലെ കരടുകൊണ്ടു ഭാഷിക്കുന്നതു എന്തിനു?

നിന്നോടു പിഴെക്കുന്നവനോടു നീ ക്ഷമിച്ചുകൊള്ളാഞ്ഞാൽ ദൈവ ത്തോടു നീ ചെയ്യുന്ന പിഴകളെ ദൈവവും ക്ഷമിക്കയില്ല.

ദേഹത്തോടുമാത്രം കേടുചെയ്‌വാൻ കഴിയുന്ന മനുഷ്യരെ അല്ല പേടി ക്കേണ്ടതു. ദേഹം, ദേഹി എന്നവ രണ്ടിനെയും നരകത്തിൽ എന്നേക്കും അതിവേദനപ്പെടുത്തുവാൻ ശക്തനായ ദൈവത്തെതന്നേ എല്ലാറ്റിലും അധികമായി ഭയപ്പെട്ടുകൊൾക.

ഊൺ, ഉടുപ്പു ഇത്യാദി വിഷയങ്ങളെ ചൊല്ലി ആധിപിടിക്കരുതു. ആകാശമാർഗ്ഗെ സഞ്ചരിക്കുന്ന പറവകളെ വിചാരിപ്പിൻ, അവറ്റിന്നു വിത ഇല്ല, കൊയിത്തു ഇല്ല, പണ്ടകശാല ഇല്ല, കളപ്പുര ഇല്ല, ദൈവമല്ലൊ അവറ്റെ പുലർത്തുന്നു. പക്ഷിപറവകളെക്കാൾ നിങ്ങൾ ദൈവത്തിന്നു വലുത ല്ലയൊ? പുഷ്പങ്ങളെ വിചാരിപ്പിൻ, അവ അദ്ധ്വാനപ്പെടുന്നില്ല, നൂൽ നൂല്ക്കുന്നതുമില്ല. എങ്കിലും മഹാരാജാക്കന്മാർക്കുപോലും ഒരു പുഷ്പ ത്തിനൊപ്പം അലങ്കാരമില്ലല്ലൊ. ഇന്നു പറമ്പിൽ കാണുന്നതും നാളേക്കു അടുപ്പിൽ ഇട്ടുപോകുന്നതുമായ പുല്ലിനെ ദൈവം ഇപ്രകാരം അണിയി ക്കുന്നു എങ്കിൽ അല്പവിശ്വാസികളേ, നിങ്ങളെ എത്ര അധികം?"

ഇതാ, ഇമ്മാതിരിയാണു യേശു മഹാഗുരുവിന്റെ വായിൽനിന്നു മഴ ചൊരിയുംപോലെ വർഷിച്ചു കൊണ്ടിരുന്ന തേന്മൊഴികൾ. കേൾക്കുന്ന വർക്കു എളുപ്പത്തിൽ മനസ്സിലാവാൻതക്ക ചിലഭാഗങ്ങൾ ഒരു മാതൃക കാണിപ്പാൻവേണ്ടി ഇപ്പോൾ എടുത്തു പറഞ്ഞതേയുള്ളൂ. സുവിശേഷം എന്ന വിശുദ്ധ വേദം വാങ്ങി വായിച്ചുനോക്കിയാൽ അതിൽ വിസ്തീർണ്ണ മായി കണ്ടുകൊള്ളാം. ഈ പരമഗുരുവിന്റെ എതിരില്ലാത്ത പ്രസംഗങ്ങ ളെയും അമൃതതുല്യമായ കല്പനകളെയും സ്വർഗ്ഗീയ സാരാർത്ഥങ്ങളെ ഭൗമ്യവിഷയങ്ങളോടു സാദൃശ്യപ്പെടുത്തി ചൊല്ലീട്ടുള്ള വിചിത്രമായ ഉപ മകളെയും കേൾപ്പാൻ അക്കാലങ്ങളിൽ എന്തു പുരുഷാരം തന്റെ അടു ക്കൽ ഇടവിടാതെ വരികയുണ്ടായിരുന്നു! ചിലപ്പോൾ നാലയ്യായിര ത്തിൽപരം ആളുകൾ വന്നു ചുറ്റിക്കൂടിനില്ക്കും.

ഈ ജനസംഖ്യ കേട്ടപ്പോൾ ഇവിടെ കച്ചേരിക്കെട്ടുംകെട്ടി വീശുപാളയും കയ്യിൽപിടിച്ചു തെരുതെരെ വീശിക്കൊണ്ടു നിന്ന കുടവയറുകാരനായൊരു മൂത്താർ അല്പമൊന്നു എതിർവാദിച്ചു " ഹേ ഹേ കോൽപോർട്ടിയാരേ, അ തൊന്നു കടന്നുപോയി എന്നു തോന്നുന്നു. ശാക്യാർ കൂത്തുപറയുന്നിട ത്തുപോലും നാലയ്യായിരംപേർ ശേഖരപ്പെടുന്നതു ദുർല്ലഭമല്ലൊ. പിന്നെ യാണൊ വേദസാരങ്ങൾ കേൾപ്പാൻ അത്രപെരുത്തു പുരുഷാരം കൂടുന്നതു? വേണ്ടാ, ഇക്കണ്ട ജനങ്ങൾ തന്നേയും കോൽപോർട്ടിയാരുടെ കഥാമൃതം

കേൾക്കേണ്ടീട്ടു നില്ക്കുന്നെന്നോ ഭാവം? ഈ കുട്ടികളുടെ സംഗീതം ഇടെക്കിട ഇല്ലാതിരുന്നെങ്കിൽ എത്രപേരെ ഇവിടെ കാണുമെന്നു തോന്നുന്നു.

കോൽപോർട്ട്യർ: (പുഞ്ചിരിയോടെ) മൂപ്പീന്നു പറഞ്ഞതു സത്യം തന്നെയാണു. ദിവ്യോപദേശങ്ങൾ കേൾപ്പാൻ മനുഷ്യർക്കു കൗതുകം കുറയും എന്നാൽ യേശു രക്ഷകരുടെ അടുക്കലേക്കു പുരുഷാരങ്ങളെ വലിച്ചുകൂട്ടുവാൻ മുഷ്ക്കരമേറിയ മുഖാന്തിരങ്ങൾ മറ്റും ഉണ്ടായിരുന്നു. എങ്ങിനെയെന്നാൽ രോഗികൾ ഭ്രാന്തന്മാർ, പിശാചുബാധിതർ മുതലായവരെയും, ചെവിടൻ, ഊമൻ, കുരുടൻ, മുടന്തൻ ഇങ്ങിനെയുള്ള അംഗഹീനന്മാരെയും നൊടിനേരത്തിനുമുമ്പു അദ്ദേഹം സുഖപ്പെടുത്തി അയക്കും. നീ സ്വസ്ഥനാക എന്നൊരു വാക്കു കല്പിക്കയൊ രോഗിയുടെമേൽ തൃക്കൈ വെക്കയൊ ഇങ്ങിനെ അതാതുസമയത്തെ മനോഹിതം പോലെ എന്തെങ്കിലും ഒന്നു ചെയ്താലുടൻ ഏതുവ്യാധിയും ഊനതയും മാറും. എത്ര കൊടിയ ഭ്രാന്തും പിശാചുബാധയും നീങ്ങും. കർത്താവു പ്രവൃത്തിച്ചിട്ടുള്ള മഹാത്ഭുതങ്ങൾ വളരെയുള്ളതിൽ രണ്ടൊ നാലൊ മാത്രമെ ഇപ്പോൾ പറവാൻ അവസരമുള്ളൂ. ഒരിക്കൽ ഗലിലാക്കടൽ എന്നു പേരായ ഒരു ഉൾക്കടലിന്റെ അരികത്തു ഒരുപടവിൽ കയറി ഇരുന്നുകൊണ്ടു കടപ്പുറത്തു നില്ക്കുന്ന പുരുഷാരങ്ങളോടു പ്രസംഗിച്ചുംവെച്ചു സന്ധ്യയായപ്പോൾ–

വീശുപാളക്കാരൻ: നില്ക്കൂ, പ്രസംഗിക്കുന്ന വകക്കു പടവിൽ കയറിയതു എന്തിനു?

കോൽപോർട്ട്യർ: അതു പറയാം. യേശുവിന്റെ അത്ഭുതശക്തികളെ കുറിച്ചുള്ള കേൾവി പരന്നപ്പോൾ തന്റെ ഉപദേശങ്ങളെ കേൾപ്പാനും രോഗശാന്തികൾ ലഭിക്കേണ്ടതിനും മറ്റും അടുക്കൽ വരുന്ന ആൾക്കൂട്ടങ്ങൾ ഭവനങ്ങളിലും ഗ്രാമാന്തരങ്ങളിലും ഒതുങ്ങാതവണ്ണം അധികമായതിനാൽ അവർക്കു ഉപദേശിപ്പാനായിട്ടു മേൽപറഞ്ഞ കടപ്പുറത്തുപോക പതിവായിരുന്നു. രോഗിയെ തൊട്ടാൽ എന്നപോലെ രോഗി തന്നെതൊട്ടാലും മതി സൗഖ്യപ്പെടും എന്നുള്ള ദൃഷ്ടാന്തങ്ങൾ കണ്ടുതുടങ്ങുകയാൽ യേശു കർത്താവിനെ തൊടേണ്ടതിനായിട്ടു ഔചിത്യവിചാരം കൂടാതെ തള്ളിക്കയറി ചെല്ലുകയും ചിലപ്പോൾ ഈച്ച പൊതിയുംപോലെ കർത്താവിനെ പൊതിഞ്ഞുകളകയും ചെയ്യുന്ന വ്യാധിതന്മാരുടെ ഞെക്കു ഏല്ക്കാതിരിപ്പാൻ വേണ്ടി തനിക്കു ആവശ്യംപോലെ കയറിഇരിപ്പാൻ വെള്ളത്തിറമ്പിൽ ഒരു പടവു ഹാജരാക്കിനിറുത്തുകയും പതിവുണ്ടായിരുന്നു. അങ്ങിനെയാണു പടവിൽ ഇരുന്നു പ്രസംഗിപ്പാൻ ഇടയായതു.

വീശുപാളക്കാരൻ: മതി. ഇനി കഥാശേഷം പറഞ്ഞുകൊള്ളാം.

കോൽപോർട്ട്യർ: പ്രസംഗം കഴിഞ്ഞു നേരവും വൈകിയപ്പോൾ ഇടക്കടലിന്റെ എതിർക്കരെക്കു പോകാം എന്നു തന്നോടുകൂടെ പന്ത്രണ്ടു ശിഷ്യർ ഉള്ളവരോടു കല്പിച്ചു. അങ്ങിനെ അവർ പടവുനീക്കി കുറെ വഴി വലിച്ചപ്പോഴേക്കു കടലിൽ വലിയോരു കൊടുങ്കാറ്റു ഇളകി. ഗുരു ആ സമയത്തു ഉറക്കമായിരുന്നു, കാറ്റു അത്യന്തം മുറുകി ഓളത്തിന്റെ കലശൽകൊണ്ടു പടവുമുങ്ങത്തക്ക വൈഷമ്യസ്ഥിതിയിലായി. അപ്പോൾ

ശിഷ്യന്മാർ പ്രാണഭീതിയോടെ ഗുരുവിനെ ഉണർത്തി "അയ്യോ! ഞങ്ങൾ നശിക്കാറായേ! പടവു ഇപ്പോൾ മുങ്ങുമെ! രക്ഷിക്കണേ" എന്നു നിലവിളിച്ചു. കർത്താവു എഴുന്നേറ്റു കാറ്റിനോടും കടലോടും "അടങ്ങു" എന്നു കല്പിച്ചു. തൽക്ഷണം രണ്ടും അടങ്ങി ഈ മഹാഅത്ഭുതം കണ്ടപ്പോൾ ശിഷ്യന്മാർ ഭയപ്പെട്ടു, "കാറ്റുംകടലുംകൂടെ ഇങ്ങിനെ അനുസരിപ്പാൻ ഇതാരോ?" എന്നു തമ്മിൽ പറഞ്ഞു അളവില്ലാതെ വിസ്മയിച്ചു. അക്കരെ എത്തിയാറെ ഇതുപോലെ വലിയോരു അതിശയം അവിടെയും ഉണ്ടായി. പിശാചുബാധയാൽ സുബുദ്ധി പൊയ്പോയ ഒരു കൊടിയഭ്രാന്തൻ ആ ദേശത്തു ഉണ്ടായിരുന്നു. അവനെ പൂട്ടിയിരുത്തുവാൻ വേണ്ടുന്ന പണികൾ പലപ്പോഴും നോക്കീട്ടുണ്ടു. എന്നാൽ എത്ര ചങ്ങലകൾ ഇട്ടു ബന്ധിച്ചാലും അതെല്ലാം തകർത്തുംവെച്ചു അവൻ കാട്ടിലേക്കു ഓടിക്കളയും. അവന്റെ വസിപ്പു രാവുംപകലും കാടുകളിൽതന്നെ ആയിരുന്നു. വസ്ത്രം ഉടുക്കയില്ല, തന്റെ ദേഹം താൻതന്നെ കല്ലുകൾകൊണ്ടു മുറിക്കും. രാത്രികാലങ്ങളിലും മറ്റും നാടുമുഴങ്ങത്തക്ക ഒച്ചത്തിൽ അട്ടഹസിക്കും. വല്ലവരെയും കണ്ടാലുടൻ മദമ്പാടു ഇളകിയ കാട്ടാനയെപോലെ പാഞ്ഞു ചെല്ലും. ഇങ്ങനെയുള്ള കൊടുംക്രൂരവിധങ്ങളാൽ ആ ദിക്കുവാസികൾക്കു അതിഭീകരനായിതീർന്ന ഈ മഹാഭ്രാന്തൻ യേശുവും ശിഷ്യരും കരയടുത്തു ഇറങ്ങിയപ്പോൾ അവരുടെനേരെ ഓടിവന്നു. എന്നാൽ യേശു തമ്പുരാനെ കണ്ടമാത്രെക്കു അവൻ മുമ്പിൽവന്നു കുമ്പിട്ടു "അയ്യോ! മഹോന്നതനായ ദൈവപുത്രാ എന്നെ ഒഴിഞ്ഞുപൊയ്ക്കൊള്ളണമേ ഭഗവാനാണെ എന്നോടു ഒന്നും ചെയ്യരുതേ" എന്നു നിലവിളിച്ചു. "നിന്റെപേർ എന്തു?" എന്നു കർത്താവു ചോദിച്ചതിനു "ഈ ദേഹത്തിന്മേൽ ഞങ്ങൾ പലർ കയറിയിരിക്കയാൽ എന്റെ പേർ ലെഗിയോൻ" എന്നു അവൻ ഉത്തരം പറഞ്ഞു. ഉടൻ ആ മനുഷ്യന്റെ ദേഹത്തിൽനിന്നു ഇറങ്ങിപ്പോകുവാൻ കല്പനയായി. അപ്പോൾ അവിടെ ഒരു മലയിൽ വളരെ വളർത്തു പന്നികൾ മേഞ്ഞുനില്പുണ്ടു. "ഞങ്ങൾ ആ പന്നികളിൽ കയറിക്കൊള്ളട്ടെ" എന്നു അവർ അപേക്ഷിക്കയാൽ കർത്താവു അവർക്കു അനുവാദം കൊടുത്തു. അപ്പോൾ പിശാചുക്കൾ മനുഷ്യദേഹത്തിൽനിന്നു ഇറങ്ങി പന്നികളിൽ പ്രവേശിക്കയും ഉടനേ പന്നിക്കൂട്ടം ഒക്കപ്പാടെ വിരണ്ടു ഓടി കടലിൽ ചാടിച്ചാകയും ചെയ്തു. ഈ വസ്തുതകേട്ടു ആളുകൾ കാണ്മാൻ വന്നപ്പോൾ പിശാചുക്കൾ ഒഴിഞ്ഞുപോയ മനുഷ്യൻ ശാന്തമുഖനായി വസ്ത്രം ഉടുത്തും സുബുദ്ധി പൂണ്ടും ശ്രീയേശുരക്ഷകരുടെ തൃപ്പാദത്തിങ്കൽ തന്റെ തിരുവചനം കേട്ടുകൊണ്ടു ഇരിക്കുന്നതിനെ കണ്ടു.

ഇനി വേറൊരു അത്ഭുതം കേൾപ്പിക്കാം. കർത്താവു ഒരിക്കൽ യാത്ര പോകുമ്പോൾ വളരെ പുരുഷാരം കൂടെയുണ്ടായിരുന്നു. വഴിയിൽ ഒരു സ്ഥലത്തു വന്നാറെ "എന്നെ തൊട്ടതു ആർ" എന്നു ചോദിച്ചുകൊണ്ടു അവിടെ നിന്നു. മനുഷ്യർ നാലുപുറവും നിന്നു തിക്കിത്തിരക്കി പോകയിൽ തൊട്ടതു ആരെന്നു ചോദിപ്പാറുണ്ടോ? എന്നു ശിഷ്യരിൽ ഒരുവൻ ഉണർത്തിച്ചു. "അല്ല ഒരാൾ എന്നെ തൊട്ടു അതാർ" എന്നു പിന്നെയും

ചോദിച്ചുകൊണ്ടു ആ ആളെ കാണ്മാനായി ചുറ്റും തിരിഞ്ഞുനോക്കി. അപ്പോൾ പിറകിൽനിന്നു ഒരു സ്ത്രീ കെലുകെലെ വിറച്ചുകൊണ്ടു മുന്നോട്ടുവന്നു കർത്താവിന്റെ തിരുമുമ്പിൽ കവിണുവീണു. അവൾക്കു രക്തവാർച്ചയെന്ന രോഗം ഉണ്ടായിരുന്നതിനാൽ യഹൂദ ധർമ്മപ്രകാരം മറ്റുള്ളവരെ തൊടരുതാത്തവൾ ആയിരുന്നു. അവൾ നിലത്തു കിടന്നു കൊണ്ടു പൊടുപൊടെ വിങ്ങിപ്പറഞ്ഞതാവിതു:

"ഞാനാണേ തൊട്ടതു കർത്താവേ, ഒരു മഹാവ്യാധി പിടിപെട്ടു പന്തീരാണ്ടുകാലമായി ഞാൻ കഷ്ടപ്പെട്ടുവന്നവളാണു: മരുന്നുകൾ വാങ്ങിച്ചും വൈദ്യന്മാർക്കു കൊടുത്തും എന്റെ സർവ്വസ്വവും ചിലവായിരിക്കുന്നു. രോഗത്തിനു ഒരു ആശ്വാസവും ഉണ്ടായതുമില്ല. ഇനി എന്തുവേണ്ടൂ എന്നുവെച്ചു മനസ്സുമുട്ടിയിരിക്കുമ്പോൾ എന്റെ ഉടയതിന്റെ വസ്തുത കേട്ടു. അവിടത്തെ വസ്ത്രത്തിന്റെ വക്കിനു എങ്കിലും ഒന്നു തൊടുവാൻ ഒത്തെങ്കിൽ ഈ മഹാവ്യാധിക്കു പൊറുതിവരും എന്നുള്ള ഉറപ്പോടെ ഞാൻ കാത്തിരിക്കയായിരുന്നു. എന്റെ രോഗത്തിന്റെ വിധംകൊണ്ടു നേരെ വന്നു സങ്കടം അറിയിക്കാൻ ലജ്ജിക്കയാൽ പുറകിൽക്കൂടെ വന്നു വസ്ത്രത്തിന്മേൽ തൊട്ടതാണു. തൊട്ട മാത്രെക്കു ദീനവും സൗഖ്യമായി. ഈ അശുദ്ധ രോഗിയായവൾ തിരുമേനിയെ തൊട്ടതു പൊറുതി മുട്ടീട്ടു ചെയ്തുപോയതാണേ. കർത്താവു കോപിക്കരുതേ."

ഇങ്ങിനെ അവൾ ആധിയോടെ പറഞ്ഞു നിറുത്തിയപ്പോൾ "മകളേ ധൈര്യമായിരിക്ക നിന്റെ വിശ്വാസം നിന്നെ രക്ഷിച്ചു സമാധാനത്തോടെ പൊയ്ക്കൊൾക" എന്നു യേശുക്രിസ്തു കല്പിച്ചു. അവൾ മനതെളിവോടെ എഴുന്നേറ്റു വീട്ടിലേക്കു പോകയും ചെയ്തു.

ഈ സ്ത്രീയുടെ വൃത്താന്തം എല്ലാവർക്കും നന്നായി തെളിഞ്ഞു. എന്തു ഭവിക്കുമോ എന്നുവെച്ചു അവൾക്കുണ്ടായ പേടിയും യേശുവിന്റെ സാന്ത്വനവാക്കുകളുംകൂടെ കേട്ടപ്പോൾ പലരുടെയും മനസ്സു ഇളകിയ പ്രകാരം തോന്നി.

കോൽപൊർട്ട്യർ തുടർന്നു പറഞ്ഞതാവിതു, "ഇനി ഒരു കുരുടന്നു കാഴ്ച കൊടുത്ത വിവരം കേൾക്കണം. അവൻ ഭിക്ഷ ഇരന്നുകൊണ്ടു പെരുവഴിയിൽ ഇരിക്കയായിരുന്നു. ബഹുജനങ്ങൾ പോകുന്ന ആരവം കേട്ടിട്ടു എന്തു കാര്യം എന്നു അറിവാനായി അവൻ വിളിച്ചുചോദിച്ചാറെ നസറായക്കാരനായ യേശു കടന്നു പോകയാണെന്നു കേട്ടു. ഉടനെ അവൻ "യേശുവേ ദാവീദുപുത്രാ, എന്നോടു കരുണയുണ്ടാകണേ. അയ്യോ! എന്നോടു കരുണയുണ്ടാകണേ" എന്നു തെരുതെരെ നിലവിളിച്ചുതുടങ്ങി. അവൻ മിണ്ടാതിരിപ്പാൻ ആൾക്കൂട്ടത്തിൽ പലരും അവനെ അമട്ടിയാറെയും അവൻ കൂട്ടാക്കാതെ അധികമധികമായി നിലവിളിച്ചു. അപ്പോൾ യേശുതമ്പുരാൻ നിന്നു അവനെ തന്റെ അടുക്കൽ കൊണ്ടുവരുവാൻ കല്പിച്ചു. ഇതു കേട്ടയുടൻ തന്റെ തുണി തെണ്ടക്കോപ്പു മുതലായതൊക്കെ ഇട്ടുംകളഞ്ഞു അവൻ തപ്പിത്തപ്പി ഓടി മുന്നിൽചെന്നു. "നിനക്കു എന്തുവേണംഃ" എന്നു കർത്താവു ചോദിച്ചതിന്നു "ഇനിക്കു കണ്ണിനു കാഴ്ച കിട്ടേണം" എന്നു അവന്റെ അപേക്ഷ അറിയിച്ചു. "നീ കാഴ്ചപ്രാപിക്ക" എന്നു കല്പനയായി. അക്ഷണം അവന്നു

കാഴ്ച ഉണ്ടായി ദൈവത്തിന്നു ഉച്ചത്തിൽ സ്തോത്രം ചൊല്ലിക്കൊണ്ടു അവനും പുരുഷാരത്തോടുകൂടെ യേശുവിന്റെ പിന്നാലെ പോയി.

ഈ ദിവ്യരക്ഷകരുടെ അത്ഭുതങ്ങളിൽ ഒന്നുകൂടെ മാത്രം പറഞ്ഞു കൊള്ളുന്നു. യരുശലേം പട്ടണത്തിനു സമീപെ ബെതാനിയാ എന്ന ഗ്രാമത്തിൽ ലാസർ എന്നൊരു ഭക്തിമാൻ പാർപ്പുണ്ടായിരുന്നു. തന്നെപ്പോലെ തന്നേ ഭക്തരായിട്ടു മാർത്ത എന്നും മറിയ എന്നും രണ്ടു സഹോദരമ്മാരും അദ്ദേഹത്തിനു ഉണ്ടു. ഇവർ മൂവരും യേശുവിനെ വളരെ ഇഷ്ടക്കാരും യരുശലേമിന്നുള്ള യാത്രകളിൽ കർത്താവിനെ തങ്ങളുടെ വീട്ടിൽ പാർപ്പിച്ചു സല്ക്കാരശുശ്രൂഷകൾ ചെയ്‌വാൻ അവസരങ്ങൾ കാത്തിരിക്കുന്നവരും ആയിരുന്നു. ലാസറിന്നു ഒരു ദീനം തുടങ്ങി വളരെ വൈഷമ്യ സ്ഥിതിയിൽ ആയി. അപ്പോൾ യേശുക്രിസ്തു സമീപത്തെങ്ങും ഉണ്ടായിരുന്നില്ല. വേഗത്തിൽതന്നെ അറിയിപ്പാനായിട്ടു പെങ്ങന്മാർ ഒരാളെ ഓടിച്ചു. ആൾ ചെന്നുപറവാനും കർത്താവു ബെതാനിയായിൽ വന്നു ചേരുവാനും ഇടയായപ്പോഴേക്കു ദീനക്കാരൻ മരിച്ചു ശവസംസ്കാരവും കഴിഞ്ഞു. നാലാംദിവസം ആയി. യേശു ഗ്രാമത്തിൽ എത്തിയപ്രകാരം കേട്ടയുടൻ മൂത്തപെങ്ങൾ ചെന്നു തൃക്കാക്കൽവീണു വിലപിച്ചു. പിന്നാലെ അവളുടെ സഹോദരിയും ചെന്നു “എന്റെ കർത്താവു ഇവിടെ ഉണ്ടായിരുന്നെങ്കിൽ ആങ്ങള മരിക്കയില്ലായിരുന്നുവെല്ലോ” എന്നു പറഞ്ഞു അവളും കാല്ക്കൽ വീണു കരഞ്ഞു. ഈ ജേഷ്ഠാനുജത്തികളുടെ വിലപത്തിങ്കൽ നിന്നവരും കരഞ്ഞുപോയി. അവരോടുകൂടെ യേശുതമ്പുരാനും കണ്ണുനീർ തൂകിക്കൊണ്ടു “നിങ്ങൾ അവനെ എവിടെവെച്ചു” എന്നു ചോദിച്ചു “കർത്താവേ വന്നു നോക്കുക” എന്നും പറഞ്ഞു അവർ ശവക്കല്ലറ കാണിപ്പാനായിട്ടു വിളിച്ചു കൊണ്ടുപോയി. യഹൂദന്മാർക്കു ശവമടക്കിനുള്ള പതിവിൻപ്രകാരം കല്ലറയുടെ വാതില്ക്കൽ വലിയോരു കല്ലുവെച്ചിരുന്നതു മാറ്റിക്കളവാൻ യേശു കല്പിച്ചു. കല്ലുമാറ്റുന്നിടയിൽ “ഇന്നു നാലാം ദിവസമായിരിക്കയാൽ അവനു ഇപ്പോൾ നാറ്റംവെച്ചുകാണും” എന്നു മൂത്ത പെങ്ങൾ അല്പം വിസമ്മതഭാവത്തിൽ പറഞ്ഞതിനു, “നീ വിശ്വസിച്ചാൽ ദൈവത്തിന്റെ മഹത്വം കാണും” എന്നു കർത്താവു കല്പിച്ചുംവെച്ചു “ലാസേരേ പുറത്തുവരിക” എന്നു ഉറക്കെവിളിച്ചു; അപ്പോൾ അതാ! ശവശീലകളാൽ പൊതിഞ്ഞു കെട്ടിയിരുന്ന കെട്ടുകളോടെ ലാസർ കല്ലറയിൽനിന്നു വെളിയിൽ വന്നു. മരിച്ചുപോയ ആങ്ങളെയെ തിരിച്ചു കിട്ടിയ സന്തോഷത്താൽ ആനന്ദബാഷ്പങ്ങളോടെ ചെന്നു ആലിംഗനംചെയ്ത സഹോദരികളുമായി അദ്ദേഹം പിന്നെ ഏറെകാലം ജീവിച്ചിരിക്കയുംചെയ്തു.

ഇവിടെ കോൽപോർട്ട്യർ നിറുത്തി. അപ്പോൾ കേട്ടുനിന്നതിൽ ഒരുത്തൻ ഇപ്രകാരമുള്ള അതിശയങ്ങൾ ഞങ്ങളുടെ ദേവന്മാരും കാണിച്ചിട്ടുണ്ടു എന്നും പറഞ്ഞു, മഹാവിഷ്ണുവിന്റെ അവതാരങ്ങളിൽ നടന്നിട്ടുള്ള ചില ഊറ്റങ്ങളെ പ്രസ്താവിപ്പാൻ ഭാവിച്ചു. അതു നമ്മുടെ വീശുപാളക്കാരൻ മൂത്താർ സമ്മതിച്ചില്ല. “ഹെയി, കളയൂ കൂവാ, അതൊന്നും പറയാതിരിക്കനന്നു. കടൽ കടഞ്ഞു വെണ്ണ എടുത്തു. ഭൂമി തെറുത്തു കാതിലിട്ടു, സമു

ദ്രത്തിന്റെ അക്കരെ ചാടി, മലയെടുത്തു അമ്മാനം ആടി ഈ വകയല്ലേ നമ്മുടെ പുള്ളിക്കാർ കാണിച്ചിട്ടുള്ള വിസ്മയങ്ങൾ? എന്തൊരു സാദ്ധ്യത്തിന്നു? ആർക്കുവേണ്ടീട്ടു? കളഞ്ഞാട്ടെ ഭഗവാന്നു ചേരുന്നതല്ല" എന്നു മുറിച്ചു പറഞ്ഞുംവെച്ചു കഥാശേഷം പറവാൻ കോൽപോർട്ട്യരോടു കണ്ണു കാണിച്ചു. അയാൾ വളരെ ധൈര്യമനസ്സോടെ പിന്നെയും തുടങ്ങിയതു,

"ഞാൻ ഇപ്പോൾ ചുരുക്കത്തിൽ പറഞ്ഞുകേൾപ്പിച്ച വിധത്തിൽ യേശുക്രിസ്തു സർവ്വനേരവും ഗുണങ്ങൾ ചെയ്തുകൊണ്ടു യഹൂദരുടെ നാട്ടിൽ സഞ്ചരിച്ചുവരികയിൽ അവരുടെ ജാതിത്തലവരായ മുഖ്യസ്ഥന്മാർക്ക് തന്റെനേരെ വൃഥാദ്വേഷം ഉണ്ടായി. ഈ വലിപ്പക്കാരുടെ പേരിലെ കപടം, ദ്രവ്യാഗ്രഹം മുതലായ ദുർഗ്ഗുണങ്ങളെ കുറിച്ചു കർത്താവു അവരെ ശാസിക്കനിമിത്തമാണു അവർക്കു വൈരം കൊൾവാൻ സംഗതിവന്നതു. ആയതു ക്രമേണ വർദ്ധിച്ചു ഒടുവിൽ താൻ മനുഷ്യജാതിയുടെ പാപങ്ങൾക്കു പരിഹാരബലിയായി മരിപ്പാൻ നിശ്ചയിച്ചിരുന്ന സമയമായപ്പോൾ ആ ദുഷ്ടന്മാർ തന്നെപിടിപ്പാനും അവരുടെ കയ്യാൽ താൻ മരിപ്പാനും ഇടവന്നു. യരുശലേമിൽ പെസഹാ എന്നൊരു മഹോത്സവം ഘോഷിക്കുന്ന സമയത്താണു യേശുക്രിസ്തുവിന്റെ മരണം സംഭവിച്ചതു. യഹൂദന്മാർ ഒക്കെയും ഏതെല്ലാം ദിക്കുകളിൽ പാർക്കുന്നവർ ആയാലും ആ ഉത്സവത്തിന്നു യരുശലേമിൽ കൂടെണം എന്നു വേദനിയമം ആകയാൽ യേശുവും ഗലീലയിൽനിന്നു തന്റെ ശിഷ്യരുമായി അവിടേക്കു പുറപ്പെട്ടു. അവിടെ എത്തുമ്പോൾ തനിക്കു സംഭവിപ്പാൻ പോകുന്ന കഷ്ടങ്ങൾ ഇന്നിന്നവയെന്നു വഴിമേൽവെച്ചു ശിഷ്യന്മാരോടു അറിയിച്ചു എങ്കിലും ആ കാര്യം അവരുടെ മനസ്സിലോട്ടു പോയില്ല. യഹൂദർക്കു പണ്ടേയുള്ള വിശുദ്ധ പുരാണങ്ങളിൽ ചൊല്ലീട്ടുള്ള മശിഹാരാജാവു യേശുക്രിസ്തു തന്നേ എന്നു തന്റെ അതിശയപ്രവൃത്തികൾ കൊണ്ടുംമറ്റും ശിഷ്യന്മാർക്കു ബോധംവരികയാൽ തങ്ങളുടെ ഗുരു താമസിയാതെ യരുശലേമിൽ രാജ്യഭാരം തുടങ്ങുമെന്നും അപ്പോൾ തങ്ങൾക്കും മേലധികാരങ്ങൾ ലഭിക്കുമെന്നുള്ള വ്യർത്ഥവിചാരം അവരുടെ മനസ്സിൽ പറ്റിപ്പോയിരുന്നു. മനുഷ്യരുടെ ഹൃദയങ്ങളിൽ ഭരിക്കുന്ന സ്വർഗ്ഗീയരാജാവു എന്നല്ലാതെ തന്റെ വാഴ്ച ലൗകീക സമ്പ്രദായത്തിൽ ഉള്ളതല്ല എന്നു ശിഷ്യന്മാർ ആ സമയത്തു ഗ്രഹിച്ചിട്ടില്ലായ്ക നിമിത്തവും മേൽപറഞ്ഞ അബദ്ധമോഹം അവരുടെ ഉള്ളിൽ ഉറ്റിരുന്നതുകൊണ്ടും യേശു തനിക്കു വരുവാൻ പോകുന്ന അവമാനത്തെയും കഷ്ടപ്പാടുകളെയും കുറിച്ചു മുന്നറിയിച്ചതു അവരുടെ മനസ്സിൽ പതിയാതെപോയി. പെസഹാ എന്ന അടിയന്തിരത്തിന്നു ചില പ്രത്യേക ഒരുക്കങ്ങൾ വേണ്ടിയിരിക്കയാൽ അതു എവിടെ വെച്ചു ആകെണം എന്നു ശിഷ്യന്മാർ ചോദിച്ചു, "നിങ്ങൾ പട്ടണത്തിൽ പ്രവേശിക്കുമ്പോൾ ഒരു കുടം വെള്ളം ചുമന്നുകൊണ്ടു വരുന്ന ഒരു മനുഷ്യനെ കാണും, അവൻ ചെന്നുകേറുന്ന വീട്ടിൽകടന്നു ആ വീട്ടിന്റെ ഉടമസ്ഥനോടു എന്റെ കാലം അടുത്തിരിക്കുന്നു, ഞാൻ എന്റെ ശിഷ്യ

രോടു കൂടെ പെസഹാ ഭക്ഷിപ്പാനുള്ള വിരുന്നുശാല എവിടെ? എന്നു ഗുരു നിന്നോടു ചോദിക്കുന്നു എന്നു പറയെണം. അപ്പോൾ വിരിച്ചൊരുക്കിയതായൊരു വന്മാളിക അവൻ കാണിച്ചുതരും. "അവിടെ ഒരുക്കിക്കൊൾവിൻ" എന്നു കല്പിച്ചു, ശിഷ്യരിൽ രണ്ടുപേരെ മുമ്പീട്ടു അയച്ചു. അവർ പോയി കർത്താവു കല്പിച്ചതുപോലെ കണ്ടു പെസഹായും ഒരുക്കി. എന്നുവെച്ചാൽ ഒരു ആട്ടിൻകുട്ടിയെ അറുത്തു രക്തം നടവാതിലിന്മേൽ തളിക്കണമെന്നും മാംസം പാകംചെയ്തു അത്താഴസമയത്തു അതാതു കുഡുംബക്കാർകൂടി ഇന്നിന്നവിധത്തിൽ ഭക്ഷിക്കേണമെന്നുള്ള വേദവിധിപ്രകാരം വേണ്ടതൊക്കെയും അവർ തയ്യാറാക്കി. യേശുക്രിസ്ത്രുവിന്റെ മരണമാകുന്ന പാപപരിഹാരബലിയുടെ മുൻകുറിയായിട്ടു പണ്ടുപണ്ടെ യഹൂദന്മാർക്കു നിയമിച്ചിരുന്നതും ആണ്ടുതോറും അവർ അനുഷ്ഠിച്ചുപോന്നിട്ടുള്ളതുമായ ഈ സൽക്കർമ്മം ആചരിക്കുന്നതിനുള്ള നേരം ആയപ്പോൾ യേശുവും ശിഷ്യന്മാരുംകൂടെ ഭക്ഷണത്തിന്നു ഇരുന്നു. എന്നാൽ ആരംഭിക്കും മുമ്പിൽ ഈ പരമഗുരു ചെയ്ത ഒരു വിശേഷകാർയ്യം കേൾക്കേണ്ടതാണു. താൻ കൂട്ടത്തിൽനിന്നു എഴുന്നേറ്റു തന്റെ ഉത്തരീയം മാറ്റിവെച്ചിട്ടു ഒരു പാത്രത്തിൽ വെള്ളവും ഒരു തുവർത്തുമുണ്ടും എടുത്തുകൊണ്ടു ശിഷ്യന്മാരുടെ പാദങ്ങളെ കഴുകുവാനായിട്ടു ചെന്നു. ഭക്ഷണപീഠത്തിന്റെ മുൻതലെക്കൽ ഇരുന്ന ആൾ വളരെ വിസമ്മതിച്ചു തടസ്ഥങ്ങൾ പറഞ്ഞു എങ്കിലും കർത്താവിന്റെ നിഷ്ക്കർഷനിമിത്തം അയാളും പിന്നാലെ ശേഷംപേരും എല്ലാം അനുസരിച്ചു. പിന്നെ ഉത്തരീയം തിരികെ ധരിച്ചുകൊണ്ടു അവരോടുകൂടെ ഇരുന്നു ഭക്ഷണം തുടങ്ങിയ ശേഷം "ഞാൻ ഈ ചെയ്തതു ഇന്നതെന്നും നിങ്ങൾക്കു മനസ്സിലായോ? എന്നു ചോദിച്ചുംവച്ചു നിങ്ങൾ എന്നെ ഗുരുവെന്നും കർത്താവെന്നും വിളിക്കുന്നു. അതുശരി. ഞാൻ അങ്ങനെ തന്നെയാകുന്നുവല്ലോ. എന്നാൽ നിങ്ങളുടെ ഗുരുവും കർത്താവുമായ ഞാൻ നിങ്ങളുടെ പാദങ്ങളെ കഴുകി എങ്കിൽ നിങ്ങളും തമ്മിൽതമ്മിൽ പാദങ്ങളെ കഴുകേണ്ടതാകുന്നു എന്നു കല്പിച്ചു. മറ്റൊരുവന്നുവേണ്ടി ദാസ്യശുശ്രൂഷ ചെയ്യേണ്ടിയിരുന്നാൽ അതു എത്ര ഹീനമായുള്ളതെങ്കിലും യേശുക്രിസ്തുവിന്റെ ദൃഷ്ടാന്തത്തെ ഓർത്തീട്ടു തന്റെ ജനങ്ങൾ ആരും അതിനു മടിക്കരുതു എന്നും തന്നേ ഈ കല്പിച്ചതിന്റെ താല്പര്യം, ഇതു തന്റെ ശിഷ്യരോടു കൂടിയുള്ള ഒടുവിലത്തേ അത്താഴം എന്നു അറിഞ്ഞിട്ടു ഭക്ഷണപീഠത്തിങ്കൽ ഇരുന്നുകൊണ്ടു അവർക്കു ആശ്വാസത്തിന്നും, വളരെ കാര്യങ്ങൾ അരുളിച്ചെയ്തിട്ടുള്ളതു സുവിശേഷത്തിൽതന്നെ വായിച്ചു അറിഞ്ഞുകൊള്ളേണ്ടതാണു. അത്താഴംകഴിഞ്ഞു ദൈവമഹിമക്കായി ഒരു കീർത്തനവുംപാടി എഴുന്നേറ്റപ്പോൾ രാത്രി തുലോം അധികമായി. പിന്നെ ശിഷ്യന്മാരെ വിളിച്ചുകൊണ്ടു നടന്നു ഒരു തോട്ടിനക്കരെ കേറി പ്രാർത്ഥനെക്കുംമറ്റും പലപ്പോഴും പോകപതിവുള്ളോരു തോട്ടത്തിൽ പ്രവേശിച്ചു. അവിടെ ശിഷ്യരെ ഒരു സ്ഥലത്താക്കിയുംവെച്ചു കർത്താവു കുറെ അകലെയോട്ടു വാങ്ങിപ്പോയി സാഷ്ടാംഗമായി കവിണുവീണു.

യാതൊരു പാപത്തെയും ഒരിക്കൽപോലും തീണ്ടുക താൻ, സ്പർശിക്കതാൻ ചെയ്തിട്ടില്ലാത്ത ഈ നിഷ്ക്കളങ്കസ്വരൂപി മാനുഷവർഗ്ഗത്തിന്റെ പാപം എന്ന മഹാ ചുമടു വഹിപ്പാൻ തുടങ്ങുന്നതിൽവെച്ചു തന്റെ പരിശുദ്ധ ഹൃദയത്തിൽ തിങ്ങിയ വേദനയും വെറുപ്പും നിമിത്തം ഈ നികൃഷ്ട ദുരിതം ഏല്പാൻ തനിക്കു സംഗതിവരരുതെ എന്നും "എങ്കിലും എന്റെ ഹിതം അല്ല നിന്റെ ഹിതം തന്നെ ആകട്ടെ" എന്നും ആ കിടപ്പിൽ കിടന്നുകൊണ്ടു അത്യുഗ്രവേദനയോടെ തന്റെ പിതാവിനോടു പ്രാർത്ഥിച്ചു. പ്രാർത്ഥിക്കുന്നിടയിൽ ഉള്ളിലെ വ്യസനാധിക്യംകൊണ്ടു രോമകൂപങ്ങൾതോറും രക്തം വിയർത്തു പെരുന്തുള്ളികളായി നിലത്തുവീണു. പ്രാർത്ഥന കഴിഞ്ഞു മടങ്ങിവന്നപ്പോൾ ഉറക്കം പിടിച്ചുപോയവരായ ശിഷ്യന്മാരെ വിളിച്ചുണർത്തി എഴുന്നേല്പിൻ എന്നെ പിടിപ്പാനുള്ളവർ അടുത്തിരിക്കുന്നു എന്നു കല്പിച്ചു. ഇങ്ങിനെ പറഞ്ഞു നില്ക്കയിൽ യഹൂദത്തലവന്മാർ അയച്ച കോൽക്കാർ ശേവക്കാർ ഉൾപ്പെട്ടിട്ടുള്ളോരു ആൾക്കൂട്ടം വാളുകൾ, വടികൾ, കുന്തങ്ങൾ, പന്തങ്ങളുമായി തോട്ടത്തിൽ കരേറിവന്നു. അപ്പോൾ യേശു അവരുടെ അടുക്കലോട്ടുചെന്നു, "നിങ്ങൾ അന്വേഷിക്കുന്ന മനുഷ്യൻ ഞാൻ തന്നെ ആകുന്നു. അതുകൊണ്ടു ഈ എന്റെ ശിഷ്യന്മാർ പൊയ്ക്കൊള്ളട്ടെ" എന്നു പറഞ്ഞു. ഉടനെ അവർ അടുത്തു കർത്താവിനെ പിടിച്ചുകെട്ടി, അതുകണ്ടപ്പോൾ സാധുക്കളും ഭീരുക്കളുമായ ശിഷ്യന്മാർ ഗുരുവിനെ വിട്ടുംകളഞ്ഞു പ്രാണഭീതിയാൽ ചാടിഓടി പൊയ്ക്കളകയും ചെയ്തു. യേശുവിനെ പിടിച്ചവർ തങ്ങളെ അയച്ചവരായ ന്യായാധിപസംഘത്തിനു മുമ്പാകെ കൊണ്ടുപോയി ഏല്പിച്ചു. ഇരെക്കു കൊതിച്ചിരിക്കുന്ന കടുവായുടെ കയ്യിൽ പശുവിനെ കിട്ടുമ്പോട്ടുള്ള പ്രകാരം യഹൂദപ്രധാനികൾ സന്തോഷിച്ചുകൊണ്ടു ഉടനെ വിസ്താരവും തുടങ്ങി. അവരുടെ ദുശ്ശോദ്യങ്ങൾക്കു ഒന്നിനും താൻ മറുപടി പറയാതെ, കുരുതി കഴിപ്പാൻ പോകുന്ന ആടിനെപ്പോലെ മൗനമായിനിന്നു. തീർച്ചെക്കു ന്യായാധിപസംഘത്തിൽ തലവനായ മഹാപുരോഹിതൻ എഴുന്നേറ്റു യേശുവിനോടു "നീ ദൈവപുത്രനായ മശിഹാ തന്നെയോ? ജീവനുള്ള ദൈവത്താണെ ഞങ്ങളോടു ഇതു പറയെണം" എന്നു ആണയിട്ടു ചോദിച്ചപ്പോൾ "അതേ, ഞാൻ ദൈവപുത്രൻ തന്നെ. ഇനിമേൽ ഞാൻ വല്ലഭത്വത്തിന്റെ വലതുഭാഗത്തു ഇരിക്കുന്നതും ആകാശമേഘങ്ങളിൽ വരുന്നതും നിങ്ങൾ കാണും" എന്നു ഉത്തരംപറഞ്ഞു. ഇതു കേട്ടപ്പോൾ തന്നെത്താൻ ദൈവം എന്നു ചൊല്ലുകയാൽ ഈ വാക്കു മരണവിധിക്കു മതിയായ ന്യായമെന്നും ഇനി സാക്ഷിവിസ്താരംകൊണ്ടു ആവശ്യം ഇല്ല എന്നും പറഞ്ഞു അവർ യേശുവിനെ കുലെക്കു വിധിച്ചു. എങ്കിലും കൊല്ലിപ്പാനുള്ള അധികാരം അവരുടെ കയ്യിൽനിന്നും റോമാച്ചക്രവർത്തി എടുത്തുകളകയാൽ ചക്രവർത്തിയുടെ ആളായിട്ടു യഹൂദിയായിൽ രാജ്യഭാരം ചെയ്യുന്ന പീലാത്തോസിന്റെ അനുവാദത്തിന്നായിട്ടു അവർ യേശുവിനെ അയാളുടെ അരമനയിലേക്കു കൊണ്ടുപോയി, "കൈസർ ഞങ്ങൾക്കു രാജാവായിരിക്കുമ്പോൾ ഇവൻ യഹൂദരുടെ രാജാവെന്നും നടിച്ചു ജനങ്ങളെ കോയിമ്മ

മത്സരത്തിന്നു ഇളക്കുന്നു" എന്നു ബോധിപ്പിച്ചു. അപ്പോൾ നേരം വെളിപ്പെടുത്തു വരുന്നതേയുള്ളു, എങ്കിലും റോമാക്കോയിമ്മയോടു ഒരിക്കലും രഞ്ജിപ്പില്ലാത്തവരെന്നു പീലാത്തോസിന്നു ബോധമുള്ളവരായ യഹൂദ കുടികളെക്കൊണ്ടു യരുശലേം പട്ടണം അപ്പോൾ തിങ്ങിയിരിക്കുന്ന സമയമാകയാൽ, മത്സരം എന്നു കേട്ടയുടൻ അയാൾ ന്യായാസനത്തിൽ ഇരുന്നു വിസ്താരം തുടങ്ങി. എന്നാൽ യേശുവിനോടു ചോദിച്ചു നോക്കിയാറെ നാടുവാഴി സംശയിച്ച പ്രകാരമുള്ള യാതൊരു ലക്ഷണവും ഇല്ലാത്ത ആളെന്നു മാത്രമല്ല താൻ ഒരു ദിവ്യപുരുഷനെന്നും യഹൂദപ്രധാനികളുടെ ആവലാധി വെറും സ്പർദ്ധയാൽ ഉത്ഭവിച്ചതെന്നും ബോധംവരികകൊണ്ടു യേശുവിനെ അവരുടെ കയ്യിൽനിന്നു രക്ഷിച്ചു അയക്കേണം എന്നു അയാൾ നിശ്ചയിച്ചു. അതിനുവേണ്ടി വളരെ ശ്രമങ്ങളുംചെയ്തു. എന്നാറെ എതിർകക്ഷി പ്രസംഗം സമ്മതിക്കയില്ല. വിസ്താരം നടക്കുന്ന മദ്ധ്യെ വിശേഷാൽ ഒരു സംഗതിയുണ്ടായി. പീലാത്തോസിനു ഭാര്യയുടെ അടുക്കൽനിന്നു ഒരു ദൂതുവന്നതിൽ "യഹൂദന്മാർ പ്രതിയാക്കി ബോധിപ്പിച്ചിരിക്കുന്ന ആൾ കുറ്റമില്ലാത്തവനാണു. അദ്ദേഹത്തോടു യാതൊന്നും ചെയ്തുപോകരുതു. ഈ കഴിഞ്ഞ രാത്രിയിൽ ആ നീതിമാന്റെ കാരണം ചൊല്ലി ഇനിക്കു സ്വപ്നത്തിൽ വളരെ കഷ്ടപ്പാടു ഉണ്ടായി" എന്നു അവൾ ഭർത്താവിനെ അറിയിച്ചു. ഇതുകേട്ടപ്പോൾ യേശുവിനെ വിട്ടയപ്പാനുള്ള ആഗ്രഹം നാടുവാഴിക്കു അധികമായി മുറുകി. എന്നാൽ മറുഭാഗികൾ പ്രബലന്മാരാകകൊണ്ടു അവർ തന്റെ പേരിൽ വല്ലകാരണവും ഉണ്ടാക്കി മേലാവിൽ ബോധിപ്പിച്ചു തൊന്തരവു വരുത്തുമെന്നുള്ള ഭയംനിമിത്തം ഈ അസ്ഥിരനും നീതികെട്ടവനുമായ ഉദ്യോഗസ്ഥൻ കുറ്റമില്ലാത്ത ആളിനെ കൊല്ലിക്കുന്ന ദോഷം തന്റെ പേരിൽ നില്ക്കയുമരുതു, യഹൂദന്മാരെ മുഷിപ്പിക്കയുമരുതു എന്നു കരുതിക്കൊണ്ടു, ഒരു പാത്രത്തിൽ കുറെ വെള്ളം എടുത്തു ഈ നീതിമാന്റെ രക്തത്തിൽ എനിക്കു പങ്കില്ലേ" എന്നും പറഞ്ഞു അവരുടെ മുമ്പിൽവെച്ചു കൈകഴുകി. അക്ഷണം അവർ ഒർ ആർപ്പോടെ "അവന്റെ രക്തം ഞങ്ങളുടെമേലും ഞങ്ങളുടെ മക്കളുടെമേലും ഇരിക്കട്ടെ" എന്നു വിളിച്ചുപറഞ്ഞു. അതിങ്കൽ പീലാത്തോസു അവരുടെ അഭിലാഷത്തിനു സമ്മതിച്ചു യേശുവിനെ അവരുടെ കയ്യിൽ ഏല്പിച്ചു കൊടുത്തു. അപ്പോൾ ആ നിഷ്കണ്ടകന്മാർക്കു ഉണ്ടായ ജയപ്രസാദവും യേശുവിനോടു അവർചെയ്ത ക്രൂരകർമ്മങ്ങളും ഇന്നപ്രകാരമെന്നു ഒന്നും പറവാനില്ല. ഒടുവിൽ റോമ്മാക്കോയിമ്മയ്ക്കുള്ള കഴുവുതടിയാകുന്ന മരക്കുരിശും ചുമപ്പിച്ചുകൊണ്ടു അവർ യേശുവിനെ കാലസ്ഥലത്തേക്കു കൊണ്ടുപോയി. ഈ വ്യസനകരമായ കാഴ്ചയിങ്കൽ ബഹുജനം ദുഃഖിച്ചു. പട്ടണത്തിലുള്ള വളരെ സ്ത്രീകൾ കരഞ്ഞു നിലവിളിച്ചുകൊണ്ടു പിറകെചെന്നു. അന്യദുഃഖത്തിങ്കൽ സ്വന്തക്ലേശങ്ങളെ മറന്നുപോകുന്ന കാരുണ്യവാനായ യേശുതമ്പുരാൻ ആ സ്ത്രീകളോടു തിരിഞ്ഞു, "യരൂശലേം പുത്രിമാരേ, എന്നെ ചൊല്ലി കരയേണ്ടാ, നിങ്ങളെ കുറിച്ചും നിങ്ങളുടെ മക്കളെചൊല്ലിയും കരഞ്ഞുകൊൾവിൻ. എന്തെന്നാൽ ഉല്പാദിച്ചിട്ടില്ലാത്ത ഗർഭപാ

ത്രങ്ങളും കുടിപ്പിച്ചിട്ടില്ലാത്ത മുലകളും ഭാഗ്യമുള്ളവ എന്നു ചൊല്ലുംകാലം വരുന്നു" എന്നു അരുളി ചെയ്തു. ഇതു യഹൂദജാതിയോടു ഈ മഹാ പാതകത്തിന്നായി താമസിയാതെ ദൈവചോദ്യം ഉണ്ടാകുമ്പോൾ കുഞ്ഞുകുട്ടികൾ ഉള്ളവർക്കു ഇല്ലാത്തവരെക്കാൾ അധികപ്പെട്ടുപോകുന്ന അരിഷ്ടതകളെ സൂചിപ്പിച്ചു കല്പിച്ചതാണു. കാലസ്ഥലത്തു എത്തിയശേഷം ഇടത്തും വലത്തും രണ്ടു കള്ളന്മാരെയും നടുവിൽ യേശുവിനെയും ഇങ്ങിനെ അവർ കുരിശിൽ തറെച്ചു. തന്റെ കൈകാലുകളിൽ ആണിതറയ്ക്കുന്നേരം "പിതാവേ, ഇവർ ഇതു അറിവില്ലാതെ ചെയ്യുന്നതാകകൊണ്ടു ഇവരോടു ക്ഷമിച്ചു കൊള്ളേണമേ" എന്നു ആ ക്രിയ നടത്തുന്ന കോയിമ്മ ശേവക്കാർക്കുവേണ്ടി കർത്താവു പ്രാർത്ഥിച്ചു. തന്റെ അമ്മ കന്യകമറിയ ദുഃഖസാഗരത്തിൽ മുഴുകിയവളായി കുരിശിന്റെ അരികെ നില്ക്കുന്നതു കണ്ടു അവരെ സന്ധിച്ചു കൊള്ളേണ്ടതിന്നായി ഒരു വാത്സല്യശിഷ്യനെ കൂട്ടി ഏല്പിച്ചു. കുരിശീകരണം ഒരു വെള്ളിയാഴ്ച കാലത്തു ഏഴര നാഴിക പുലർന്നപ്പോൾ ആയിരുന്നു. ഉച്ചയാകുംവരെ മൂന്നു മണിക്കൂറോളം ശത്രുപക്ഷക്കാർ പലവിധേനയുള്ള ദുഷിയും പരിഹാസങ്ങളും പറഞ്ഞുകൊണ്ടു പിരിയാതെനിന്നു. അങ്ങിനെ നല്ല മദ്ധ്യാഹ്ന സമയമായി. അപ്പോൾ ആദിത്യരശ്മി മറഞ്ഞു ദേശമെല്ലാം അർദ്ധരാത്രിക്കു തുല്യമായ കൂരിരുൾ വന്നുമൂടി. അതിങ്കൽ പരിഹസിച്ചുകൊണ്ടു നിന്നവരുടെ ചിരിവാക്കുകളും ദുഷിയും അടങ്ങി. ആരും തമ്മിൽ ഉരിയാട്ടം കൂടാതെ സർവ്വരും ഭയപരവശരായി നിന്നു. ഈ അന്ധകാരം ഏഴരനാഴിക പകൽ വരെ ഉണ്ടായിരുന്നു. അതുമാറി തെളിവായപ്പോൾ കർത്താവു ഒരു മഹാ ശബ്ദത്തോടെ "പിതാവേ, നിന്റെ കൈകളിലേക്കു ഞാൻ എന്റെ ആത്മാവിനെ ഭരമേല്പിക്കുന്നു" എന്നു ചൊല്ലി തന്റെ തലചായിച്ചു മരിക്കയും ചെയ്തു. പിറകേ ഒരു ഭൂകമ്പവും അടുത്ത മലകളിലുള്ള വളരെ പാറകൾ ഒച്ചത്തിൽ പൊട്ടിപ്പിളരുക മുതലായ ചില ഭയങ്കരലക്ഷ്യങ്ങളും ഉണ്ടായി. വൈകാറായപ്പോൾ യേശുവിന്റെ ആശ്രിതന്മാരിൽ വളരെ ധനികരായിരുന്ന രണ്ടുപേർ പീലാത്തോസിനോടു അനുവാദം വാങ്ങിക്കൊണ്ടു വന്നു ശരീരം കുരിശിൽനിന്നു ഇറക്കി മാനത്തോടെ ഒരു കല്ലറയിൽ അടക്കി വളരെ പേർ കൂടിയല്ലാതെ ഇളക്കുവാൻ പാടില്ലാത്ത വലിയോരു കല്ലു ഉരുട്ടിച്ചു ശവക്കല്ലറയുടെ വാതിൽ അടെച്ചുവെപ്പിക്കയും ചെയ്തു. പിറ്റെന്നാൾ യഹൂദന്മാർക്കു സ്വസ്ഥദിവസമാകയാൽ ശത്രുക്കളുടെ അനക്കം ഒന്നും പകൽനേരത്തു ഉണ്ടായില്ല. വൈകിയ ശേഷം മഹാപുരോഹിതർ നാടുവാഴിയുടെ അടുക്കൽചെന്നു യജമാനനേ, ആ വഞ്ചകൻ മരിച്ചാൽ മൂന്നാംപക്കം തിരികെ ഉയിർത്തുവരും എന്നു പറകയുണ്ടായിട്ടുണ്ടു. അതുകൊണ്ടു രാത്രിയിൽ അവന്റെ ശിഷ്യന്മാർ ശവം മോഷ്ടിച്ചും കളഞ്ഞു, ഞങ്ങളുടെ ഗുരു ഉയിർത്തെഴുന്നേറ്റു എന്നു കള്ളശ്രുതിയുണ്ടാക്കി മനുഷ്യരെ കബളിപ്പിക്കാതിരിപ്പാൻവേണ്ടി കല്ലറെക്കു ഉറപ്പായ കാവൽ ഇടുവിക്കേണം" എന്നു അപേക്ഷിച്ചു. അങ്ങിനെ ചെയ്യിച്ചു കൊൾവാൻ പീലാത്തോസു അനുവദിച്ചു ഒരു കാവൽ പട്ടാളത്തെയും വിട്ടുകൊടുത്തു.

കല്ലറ ഭദ്രമായി കാത്തുകൊള്ളേണമെന്നു ഇവരെ ചട്ടംകെട്ടി കാവലാക്കിയതുമല്ലാതെ, അതിന്റെ വാതിൽ മൂടിവെച്ചിരുന്ന കല്ലിനു മഹാപുരോഹിതന്റെ മുദ്രയുംവെച്ചു. ഇങ്ങിനെ പട്ടാളക്കാർ രാവുമുഴുവനും വാളൂരിപ്പിടിച്ചു കാത്തുനിന്നു. വെളുപ്പാൻ കാലമായപ്പോൾ അതാ, മേൽവാനത്തിൽനിന്നു ഒരാൾ തിടീരെന്നു ഇറങ്ങിവന്നു തന്റെ വിരലിന്റെ അഗ്രം കൊണ്ടു മുദ്രക്കല്ലു മറിച്ചിട്ടും കളെഞ്ഞു അതിന്മേൽ ഇരുന്നു. ഈ പരമദൂതന്റെ മുഖം ഇടിവാൾപോലെ മിന്നി, വസ്ത്രങ്ങളും സൂര്യരശ്മികൾ കണക്കേ തെളുതെളെ പ്രകാശിച്ചു. ഈ മഹാകാഴ്ചയിങ്കൽ റോമാപടയാളികൾ ഞെട്ടിക്കിടുങ്ങി വെളിവുകെട്ടവരായി നിലത്തുവീണു. യേശുതമ്പുരാന്റെ ശരീരം ഉയിർത്തെഴുന്നേറ്റു കല്ലറയിൽനിന്നു പോകയുംചെയ്തു. കാവല്ക്കാർക്കു ഉണ്ടായ സംഗതികൾ എല്ലാം മഹാപുരോഹിതരോടുചെന്നു അറിയിച്ചാറെ “ഇതു നിങ്ങൾ ആരോടും മിണ്ടരുതു, ഞങ്ങൾ ഉറങ്ങിപ്പോയ സമയം അവന്റെ ശിഷ്യന്മാർ വന്നു ശവംമോഷ്ടിച്ചുകളഞ്ഞു എന്നേ പറയാവൂ” എന്നും മറ്റും ചട്ടംകെട്ടി കാവല്ക്കാർക്കു വളരെ പണം കൈക്കൂലിയും കൊടുത്തു പറഞ്ഞയച്ചു.

കർത്താവു ഉയർത്തെഴുന്നേറ്റശേഷം അന്നുതന്നേ തന്റെ ശിഷ്യന്മാരിൽ പലർക്കും പലേടത്തുവെച്ചു പ്രത്യക്ഷനായി. അവരുമായിട്ടു മുമ്പിരുന്ന പ്രകാരമുള്ള സഹവാസം പിന്നെ ഉണ്ടായില്ലതാനും. തന്റെ ദേഹത്തിന്റെ സ്വഭാവംമാറി സൂക്ഷ്മദേഹമായി തീരുകയാൽ ഊൺ, ഉറക്കു, സഞ്ചാരം, സ്വസ്ഥത എന്നിങ്ങനെയുള്ള വിഷയങ്ങളിൽ സ്ഥലദേഹങ്ങളെ ബാധിക്കുന്ന നിയമങ്ങൾക്കെല്ലാം താൻ സ്വതന്ത്രനായി. ശരീരം പിന്നെയും കല്ലറയിൽ തന്നെ ഇരിക്കുന്നു എന്നുള്ള ബോധത്തോടെ ഞായറാഴ്ച ഉഷെപ്പിനു ചില സ്ത്രീകൾ യഹൂദമര്യാദപ്രകാരം ദേഹത്തിന്മേൽ സുഗന്ധതൈലങ്ങൾ പൂശുവാനായി ചെന്നാറെ കല്ലറ തുറന്നു കിടക്കുന്നതും ശരീരം അകത്തു ഇല്ലാതെയും കാൺകയാൽ അവർ ദുഃഖിച്ചുനില്ക്കുമ്പോൾ ആദ്യം രണ്ടു പരമദൂതന്മാർ അവർക്കു കാണപ്പെട്ടു, കർത്താവു ഉയിർത്തെഴുന്നേറ്റിരിക്കുന്നു എന്നു അറിയിച്ചു. ഈ ദർശനം കണ്ടു പേടിച്ചു അവർ മടങ്ങിപ്പോകുന്നേരം യേശുക്രിസ്തു തന്നേ വഴിയിൽവെച്ചു അവർക്കു പ്രത്യക്ഷനായി. അന്നുതന്നെ ശിഷ്യന്മാർ യഹൂദന്മാരെ പേടിച്ചു ഒരു മുറിക്കകത്തു കതകുംഅടെച്ചു കുത്തിയിരിക്കുമ്പോൾ യേശു അവരുടെ നടുവിൽ പോയിനിന്നു “നിങ്ങൾക്കു സമാധാനം” എന്നു കല്പിച്ചു. ഇതു എന്തൊരു മായാരൂപം എന്നുവെച്ചു അവർ ഭ്രമിച്ചപ്പോൾ താൻ അവരുടെ ഗുരുതന്നേ എന്നുചൊല്ലി തന്റെ കൈകാലുകളിലുള്ള ആണിപ്പഴുതുകൾ കാണിച്ചു അവരെ ബോധപ്പെടുത്തി. അപ്പോൾ അവർ എല്ലാവരും സന്തോഷചിത്തരായി അടുത്തുവന്നു. തൃപ്പാദത്തിങ്കൽവീണു നമസ്കരിച്ചു. ഉടനെ കർത്താവു അപ്രത്യക്ഷനാകയും ചെയ്തു. ഇങ്ങിനെ നാല്പതുനാൾ ഭൂമിയിൽ താമസിച്ചു ഇടയിൽ പലപ്പോഴും ശിഷ്യന്മാർക്കു കാണപ്പെടുകയും താൻ ഭൂമിയിൽ സ്ഥാപിപ്പാൻ പോകുന്ന സ്വർഗ്ഗീയരാജ്യത്തെപറ്റിയുള്ള കാര്യങ്ങളും മുറകളും അവർക്കു ചൊല്ലിക്കൊടുക്കയും ചെയ്തിട്ടു നാല്പതാം നാളിൽ

അവരെ യരുശലേമിന്നു സമീപത്തുള്ള ഒരു മലയിലേക്കു കൂട്ടികൊണ്ടു പോയി. അവരോടു "നിങ്ങൾ ഭൂലോകത്തിലൊക്കെയും പോയി സകല സൃഷ്ടിക്കും സുവിശേഷം പ്രസംഗിച്ചു എല്ലാ ജാതികളെയും ശിഷ്യരാക്കി പിതാവിന്റെയും പുത്രന്റെയും പരിശുദ്ധാത്മാവിന്റെയും നാമത്തിലേക്കു സ്നാനപ്പെടുത്തുവിൻ. വിശ്വസിച്ചു സ്നാനം ഏല്ക്കുന്നവൻ രക്ഷിക്കപ്പെടും, വിശ്വസിക്കാത്തവൻ ശിക്ഷാവിധിയിൽ അകപ്പെടും ഞാനോ ലോകാവസാനത്തോളം നിങ്ങളോടുകൂടെ ഉണ്ടു" എന്നിങ്ങിനെ അരുളിച്ചെയ്തിട്ടു തൃക്കൈപൊക്കി അവരെ എല്ലാവരെയും അനുഗ്രഹിച്ചു. അനുഗ്രഹം കഴിഞ്ഞയുടനെ അവരുടെ നടുവിൽനിന്നു ഉയർന്നു പൊങ്ങി പൊങ്ങിപ്പോയി, ഒരു മേഘംവന്നു തന്നെ മറെക്കയുംചെയ്തു.

ഇങ്ങിനെ ശ്രീയേശുവിന്റെ മാധുര്യവൃത്താന്തം അവസാനിക്കുന്നു. എന്നാൽ തിരുവവതാരമഹാത്മ്യത്തിലെ സംഗതികളിൽ ഒരു വിശേഷം കൂടെ പറയേണ്ടതുണ്ടു. സ്വർഗ്ഗാരോഹണംചെയ്ത തമ്പുരാൻ ഇനി രണ്ടാമതും വരും. അതു ആദ്യവരവുപോലെ ക്ഷീണഭാവത്തിൽ അല്ല. തന്റെ സർവ്വദിവ്യതേജസ്സോടു വല്ലഭത്വത്തോടു അത്രെ. അന്നു പരമദൂതന്മാർ തനിക്കു അകമ്പടികളായിരിക്കും. ഇവരിൽ ഒരുവനെ കണ്ടപ്പോൾ ചങ്കുറെപ്പുകാരായ റോമാപ്പടയാളികൾ ശവക്കല്ലറയിങ്കൽവെച്ചു നിർജ്ജീവന്മാരായി നിലത്തുവീണുപോയി, എങ്കിൽ, ഒന്നല്ല, പത്തല്ല, പതിനായിരം, കോടിയല്ല, സ്വർഗ്ഗലോകങ്ങളിൽ വസിക്കുന്ന സകല പരിശുദ്ധദൂതഗണങ്ങളുംകൂടി അണിയിട്ടു വരുന്ന പുറപ്പാടിന്റെ ദിവ്യകോലാഹലവും ഭയങ്കരതേജസ്സും ഏതുപ്രകാരം ഇരിക്കും എന്നു നിരൂപിച്ചുകൊള്ളേണം. ഈ ദൂതഗണങ്ങളിൽ പ്രധാനിയായ ഒരുവൻ അന്നു ഒരു കാഹളം ഊതും. അഖിലാണ്ഡം കുലുങ്ങത്തക്കതായ ആ കാഹളധ്വനിയിങ്കൽ ലോകാരംഭംമുതൽ മരിച്ചുപോയിട്ടുള്ള സർവ്വരും ഉയിർത്തെഴുന്നേല്ക്കും. ശവം ഭൂമിയിൽവീണു മണ്ണായിപോയവരാകട്ടെ, അഗ്നിയിൽദഹിച്ചു ഭസ്മമായി തീർന്നവരാകട്ടെ, എല്ലാവരുടെയും ദേഹികൾ താന്താങ്ങളുടെ മൂലദേഹങ്ങളോടുചേർന്നും അക്ഷയത്വം , അമർത്യത എന്നുള്ള മഹാലക്ഷണങ്ങൾ ധരിച്ചും പുനർജ്ജീവികളായിവരും. യേശുക്രിസ്തുവിന്റെ രക്തത്തിൽ ആശ്രയിച്ചു പാപമോചനം ലഭിച്ച വിശ്വാസികൾ ഒക്കെയും ഉയിർപ്പിങ്കൽ ആകാശത്തട്ടിൽ പൂർണ്ണകാന്തിയോടെ ശോഭിച്ചുനില്ക്കുന്ന ആദ്യത്യനെപോലെയും അല്ലാണ്ടുള്ളവർ അത്രയും പൈശാചകകോലമായും ഉയിർക്കും. ഈ പറഞ്ഞ ഭേദാഭേദങ്ങളോടെ ഉയിർത്തുവരുന്ന മഹാസംഘവും അന്നു ഭൂമിയിൽ ജീവനോടിരിക്കുന്നവരും ധനവാൻ, ദരിദ്രൻ, രാജാവു, കുടിയൻ, മേൽജാതി, കീൾജാതി എന്നീ ഭേദങ്ങൾ ഒന്നും ഇല്ലാതെ ആൺ, പെൺ ആബാലവൃദ്ധം എല്ലാം യേശു മഹാരാജാവിന്റെ തിരുസന്നിധിയിൽ ചെല്ലേണം, അപ്പോൾ വലിയൊരു വെള്ളി സിംഹാസനത്തിന്മേൽ വിധികർത്താവായിട്ടു എഴുന്നെള്ളി ഇരുന്നുകൊണ്ടു താൻ മനുഷ്യജാതിയെ നീതിമാന്മാരെന്നും ദുഷ്ടന്മാരെന്നും രണ്ടുഭാഗമായി വേർതിരിക്കും. നീതിമാന്മാരെ വലത്തും ദുഷ്ടന്മാരെ

ഇടത്തും നിറുത്തീട്ടു വലത്തുഭാഗത്തു നില്ക്കുന്നവരോടു "എന്റെ പിതാവിനാൽ അനുഗ്രഹിക്കപ്പെട്ടവരേ, വരുവിൻ; ലോകസ്ഥാപനം മുതൽ നിങ്ങൾക്കായിട്ടു ഒരുക്കിയിരിക്കുന്ന രാജ്യം അവകാശമായി അനുഭവിച്ചുകൊൾവിൻ" എന്നു അരുളിച്ചെയ്യും. പിന്നെ ഇടത്തുവശത്തു നില്ക്കുന്നവരോടും തിരിഞ്ഞു "ശപിക്കപ്പെട്ടവരേ, എന്നെവിട്ടു പിശാചിന്നും അവന്റെ ഭൂതഗണങ്ങൾക്കുമായി ഒരുക്കിയിരിക്കുന്ന നിത്യാഗ്നിയിലേക്കു പോകുവിൻ" എന്നു കല്പിക്കും. അങ്ങിനെ ദുഷ്ടന്മാർ എന്നേക്കുമുള്ള ദണ്ഡനത്തിന്നും നീതിമാന്മാർ നിത്യാനന്ദം അനുഭവിപ്പാനായിട്ടു യേശുതമ്പുരാനോടുകൂടെ സ്വർഗ്ഗത്തിലേക്കും പോകും. അതോടുകൂടെ പ്രപഞ്ചം അഗ്നിയാൽ അഴിഞ്ഞുപോകുകയും ചെയ്യും."

ഇങ്ങിനെ കോൽപോർട്ട്യർ പ്രസംഗം അവസാനിച്ചപ്പോൾ കേട്ടുനിന്നവരിൽ പ്രധാനികളായപലരും അയാളോടു വളരെപ്രീതിയും ആദരവും കാണിച്ചു. വീശുപാളയും പിടിച്ചുനിന്നിരുന്നു എന്നു ഞാൻ മുമ്പേ പറഞ്ഞ മൂപ്പീന്നു കോൽപോർട്ട്യരെ പ്രത്യേകം ബഹുമാനിക്കയും സംഗീതം പാടിയ ബാല്യക്കാരെ തലയിൽ തലോടി ലാളിക്കയും ചെയ്തു. "ഹിന്ദുപുരാണങ്ങളിലെ അവതാരവൃത്താന്തങ്ങളും ഈ കഥയും തമ്മിൽ എന്തു ഭേദമിരിക്കുന്നു. നാരായണാഃ! എന്നിങ്ങിനെ ആശ്ചര്യംകൂറിയും വെച്ചു ആ സമർത്ഥനായ വയസ്സൻ പറഞ്ഞതാവിതു "ഈശ്വരൻ മനുഷ്യാവതാരംചെയ്കാൽ തന്റെ ദിവ്യതത്വങ്ങളെ മറന്നിട്ടു യാതൊന്നും പ്രവൃത്തിക്കുന്നതല്ല നിശ്ചയം. നിഷ്ക്കളങ്കസ്വരൂപിയല്ലേ ഭഗവാൻ? അദ്ദേഹം പാപത്തെ തീണ്ടുന്നതു എങ്ങിനെ? കളവു, ചതി പെണ്ണുങ്ങളെ കാമിക്ക, ഈ വക അധർമ്മങ്ങളെ പ്രവൃത്തിക്കുമോ? പ്രവൃത്തിപ്പാൻ പാടുണ്ടോ? പാത്രംമാറിയെന്നുവെച്ചു പഞ്ചസാരയുടെ ഗുണത്തിനോ രുചിക്കോ ഭേദം വരുന്നതല്ലല്ലോ. അതുകൊണ്ടു കൃഷ്ണാവതാരത്തിങ്കലുംമറ്റും ഭഗവാൻ ദുഷ്കൃത്യങ്ങൾ ചെയ്തപ്രകാരമുള്ള കഥകൾ വായിക്കുമ്പോൾ, "ഇതു ശരിയോ?" എന്നിങ്ങിനെ തന്റെ മനസ്സു എപ്പോഴും എന്നോടുതന്നേ തർക്കപ്പെട്ടു ചോദിക്കയുണ്ടു. എന്നാൽ കോൽപോർട്ട്യർ പറഞ്ഞ കഥയിൽ ആദ്യം മുതൽ അവസാനംവരെ സൂക്ഷിച്ചാറെ ചേർച്ചയല്ലാത്തതു ഒന്നും കേട്ടില്ല, എന്നുമാത്രമല്ല ഇത്രമേൽ എന്നു മതിക്കാവതല്ലാത്ത വണ്ണം ഭംഗിയും തേജസ്സും ഉള്ള ലക്ഷണങ്ങൾ പലതും കലർന്നിട്ടുമുണ്ടു. അതുകൊണ്ടു ഞാൻ ഒന്നാണു നിശ്ചയിച്ചതു. ഈ മഹത്തായ സംഗതിയുടെ വസ്തുതകൾ മുഴുവനും ഗ്രഹിക്ക തന്നെ വേണ്ടതു. ഇത്രത്തോളം പറഞ്ഞിട്ടു ആൽത്തറമേൽ ഇരുന്ന പുസ്തകച്ചുമടു എടുപ്പിച്ചുവരുത്തി ആദ്യം മൂപ്പീന്നു സുവിശേഷപുസ്തകത്തിന്റെ ഒരു പ്രതി വാങ്ങി. പിന്നെ രാമപ്പണിക്കർ മുതലായി അവിടെ നിന്നവരിൽ മിക്കപേരും പുസ്തകങ്ങൾ വാങ്ങി. പിറ്റെ ദിവസി നേരത്തെ കോൽപോർട്ട്യർക്കു ഗുരുവായൂർ എത്തേണ്ടിയിരുന്നതിനാൽ കുഞ്ചുപിള്ള മുതൽപേരോടു യാത്ര പറഞ്ഞുകൊണ്ടു അയാളും കൂട്ടരും അവിടേക്കു പോയി. ഞാൻ മടങ്ങി വീട്ടിലേക്കും പോന്നു.

9 789382 167501

Printed by Libri Plureos GmbH in Hamburg,
Germany